ഗ്രീൻ ബുക്സ്

ആറെഴുന്നേറ്റു

ശ്രീകൃഷ്ണദാസ് മാത്തൂർ

പത്തനംതിട്ടയിലെ മാത്തൂർ ഗ്രാമത്തിൽ ജനനം.
മാത്തൂർ ചെറുവള്ളിൽ വീട്ടിൽ ശ്രീ ജനാർദ്ദനൻ
നായരുടെയും ശ്രീമതി ഇന്ദിരാമ്മയുടെയും മകൻ.
പന്തളം എൻ എസ് എസ് കോളേജിൽ പഠനം.
2015ലെ കവിതയ്ക്കുള്ള ആത്മായനങ്ങളുടെ ഖസാക്ക്
അവാർഡ് 'ഫ്ളവർവേസ്' എന്ന കവിതാസമാഹാരത്തിനും
2019ലെ മികച്ച കൃതിക്കുള്ള സമന്വയം സാഹിത്യ പുരസ്കാരം
കവിതപ്പരത്തി എന്ന സമാഹാരത്തിനും ലഭിച്ചു.
അമ്മയുടെ സ്വന്തം, ഭൂമുഖം, ഫ്ളവർവേസ്, ലോഹപ്പുള്ളിമാൻ,
കവിതപ്പരത്തി എന്നീ കവിതാസമാഹാരങ്ങൾ
പ്രസിദ്ധീകൃതമായിട്ടുണ്ട്. ആനുകാലികങ്ങളിൽ
കവിതകളിലൂടെ സജീവമാണ്. ഇപ്പോൾ സാങ്കേതിക
മേഖലയിൽ ജോലി ചെയ്യുന്നു.

കവിത

ആറെഴുന്നേറ്റു

ശ്രീകൃഷ്ണദാസ് മാത്തൂർ

ഗ്രീൻബുക്സ്

green books private limited
gb building, civil lane road, ayyanthole,
thrissur- 680 003, kerala, ph: +91 487-2381066, 2381039
website: www.greenbooksindia.com
e-mail: info@greenbooksindia.com

malayalam
aarezhunnettu
poem
by
sreekrishnadas mathoor

published june 2021

cover design : rajesh chalode

branches:
thrissur 0487-2422515
thiruvananthapuram 0471-2335301
calicut 0495 4854662

isbn : 978-93-90429-94-3

GBPL/1179/2021

ജലം, പൂവ്
എന്നീ അത്ഭുതങ്ങൾക്ക്

ഉള്ളടക്കം

കവിയുടെ വാക്ക്

ആറൊരു നിശ്ശബ്ദ സാന്നിധ്യമായി തൊട്ടടുത്ത്
താളം ചവുട്ടി നിൽക്കുന്നത് കാണാൻ കഴിയുന്നത്ര
പൊക്കത്തിലെ കൊച്ചുവീടിന്റെ എളിയിലും
ചുമലിലും നിറുകയിലുമൊക്കെ ആറിന്റെ
സ്പർശം കാറ്റായും കുറുകലായും നിറയുന്നത്
ഇന്ദ്രിയങ്ങൾ പിടിച്ചെടുത്തു വച്ചിട്ടുണ്ട്.
കിഴക്കൻമലയിൽ മേഘം പൊട്ടിവീഴുന്ന കാലം
ആറ്ററികവും ഇടവഴികളും കാവുകളും ആറാട്ടു
വഴിയും തിളങ്ങുന്നത് ഒരു 'ആലുവിള'ക്കെഴു
ന്നള്ളിപ്പിന്റെ മാസ്മരികതയോളമെത്തും.
ആറു കുറുകുന്നതും കണ്ണിലും കാഴ്ചയിലും
ജലം തുളുമ്പുന്നതുമൊക്കെ കൊച്ചുകുട്ടിയായി
ത്തന്നെ ഇപ്പോഴും നിന്നു കാണുകയാണ്.
പ്രളയാഭിനിവേശത്തിൽ ആറ് എഴുന്നേറ്റു വരും
പോലെ കവിതയുടെ ഉൾപെയ്ത്ത് ഒരുപിടിക്കവിത
കളെ വീണ്ടും ഈ തീരത്ത് എടുത്തുകൊണ്ടു
വന്നു വയ്ക്കുകയാണ്. ഏകാന്തത നിറയുമീ
നനഞ്ഞ ഭൗമനിലാവത്ത് ഇവയിൽ തീയും
തുടിയുമുണ്ടെന്നു വരുമ്പോൾ ഉള്ളിൽ കാവ്യാനന്ദം...

ശ്രീകൃഷ്ണദാസ് മാത്തൂർ

നീലമേഘദ്യുതി പെയ്തിറങ്ങുമ്പോൾ

പി.കെ. ഗോപി

തത്ത്വങ്ങളുടെ ജ്ഞാനസാക്ഷാത്കാരത്തിനും കർമ്മങ്ങളുടെ വിക്ഷുബ്ധതകൾക്കുമിടയിൽ ഒരാൾ കവിത എഴുതാനിരുന്നാൽ എങ്ങനെയുണ്ടാവുമെന്നറിയണമെങ്കിൽ ശ്രീകൃഷ്ണദാസ് മാത്തൂരിന്റെ രചനകളിലൂടെ കടന്നുപോകണം. ഒരേ സമയം അത് പ്രകൃതിയുടെ അത്ഭുത സീമകളെ ചുറ്റിപ്പിടിക്കുന്നു, അതേസമയം വൈയക്തിക അനുഭവങ്ങളുടെ കണ്ണീരുപ്പ് തൊട്ടു നുണയുകയും ചെയ്യുന്നു.

'ഇവിടെ പ്രപഞ്ചത്തിൻ ചക്രഭ്രമണാരവം/
കേവലം നിശ്വാസത്താൽ നിൻ കരളിന്നേകാന്തത/
നിന്റെ ലീലയിൽ കർമ്മപ്രപഞ്ചം വിടർന്നു ചലിക്കുന്നു....'

ഇങ്ങനെയെല്ലാം ആർ രാമചന്ദ്രന്റെ കവിതയിൽ വായിച്ചതോർക്കുന്നു. അനന്തമായ പ്രപഞ്ചത്തിന്റെ ഭ്രമണാരവത്തിനിപ്പുറം കേവല നിശ്വാസത്തിന്റെ ഏകാന്തത സങ്കൽപിച്ചു നോക്കുക. കർമ്മപ്രപഞ്ചത്തിന്റെ ചലനലീല കൂടി ചേർത്താലോചിക്കുക. എത്ര വിശാലവും അതേ സമയം എത്ര സമീപസ്ഥവുമായ കാവ്യബോധമാണ് നമ്മിലുണരുക! മഹാപ്രവാഹങ്ങളുടെ ജലസ്വഭാവത്തെ സ്വന്തം കവിതക്കുമ്പിളിൽ കോരിയെടുത്ത് അതിൽ പ്രതിഫലിക്കുന്നതെല്ലാം മനോഹരമായി എഴുതിവയ്ക്കാനാണ് ശ്രീകൃഷ്ണദാസിന്റെ ശ്രമം. ജലാത്മകം എന്ന വാക്ക് എത്രയെങ്കിലും അർത്ഥത്തിൽ എം.കെ. ഹരികുമാർ നിർവചിച്ചിട്ടുണ്ട്. ഹിമകണിക മുതൽ സമുദ്രസഞ്ചയം വരെ വികസിക്കാനും അപ്രത്യക്ഷമാകാനും അവതാരമെടുക്കാനും ജലത്തിനു കഴിയും. അതത്രേ 'നാരായണ'യുടെ സൂക്ഷ്മമന്ത്രം.

'വീണ്ടും ജലം സ്വപ്നലോകത്തിരിക്കുന്നു,
ഏതോ വനപാത ഗ്ലാസ്സിൽ വരയ്ക്കുന്നു,

....

രക്തത്തിലെപ്പങ്കു ചോദിച്ചിരിക്കുന്നു,
കരയ്ക്കെത്ര ദൂരം? ഞാനൊച്ചവയ്ക്കുന്നു..'

'നിർത്താതൊരേങ്ങലിൻ കടൽക്കാറ്റടർന്ന്
തൈത്തിരക്കൺപോള തട്ടിത്തുറക്കുന്നു'

എന്നു വായിക്കുമ്പോഴുള്ള ഉന്മേഷാനുഭൂതി പറഞ്ഞറിയിക്കുക വയ്യ. കരയിൽ പെട്ടുപോയാൽ കരിഞ്ഞു പോകുന്ന നീർപോളക്കവിതകളുടെ വർത്തമാനകാലത്ത് ഏത് അവസ്ഥയേയും അതിജീവിക്കാൻ കഴിയുന്ന അർത്ഥപൂർണ്ണമായ കവിത വായിക്കാൻ കിട്ടുക വലിയ ആശ്വാസമാണ്. ഭൂമിയെ തഴുകി നനയ്ക്കുന്ന മഴയായും ആഴങ്ങളിൽ ആത്മധന്യത നിറയ്ക്കുന്ന നിധിയായും ദാഹിക്കുന്നവന്റെ കൈക്കുമ്പിളിൽ പകരുന്ന നീരൊഴുക്കായും കവിതയ്ക്ക് ജലാത്മകതയാർജ്ജിക്കാനാവും. എങ്കിൽ മാത്രമേ ഉപനിഷത്ത് പോലെ തീർത്ഥവിശുദ്ധിയോടെ കവിത ആസ്വദിക്കാനാവൂ.

'മണ്ണിൽ കുഴച്ചുണ്ണുന്ന സ്വപ്നത്തിന്റെ'യും 'മുറ്റമാം സ്ലേറ്റിലാകെ പൂജ്യമിട്ട് വീടിനേയും പറമ്പിനേയും തോൽപിക്കുന്ന' മഴയുടേയും ഇടയിലിരുന്ന് ജീവിതത്തിന്റെ വെള്ളിനൂൽശിൽപങ്ങൾ മെനയുന്ന ഒരേകാഗ്രചിത്തനെ ശ്രീകൃഷ്ണദാസിൽ ഞാൻ കാണുകയാണ്. കാർത്തികപ്പന്തം പോലെ ദീപ്തി പകരുന്ന അക്ഷരങ്ങളുടെ ചേരുവയിൽ ആശയങ്ങൾ അടുക്കിവച്ചു നിർമ്മിക്കുന്ന ഈ പ്രകാശവിസ്മയങ്ങളെ സാവധാനത്തിലേ സമീപിക്കാവൂ. ഒന്നോ രണ്ടോ വായനയിൽ തെളിഞ്ഞുവരാത്ത ചിത്രങ്ങളുടെ ഗുപ്തസാന്നിദ്ധ്യം ഓരോ വരിയിലുമുണ്ട്.

'ഒറ്റശ്വാസത്തിൽ കോർത്തെടുത്ത
ജൈവമാലിക' പോലെ...

'പൊരുളില്ലാ പൊരുൾ' പോലെ വേനലും നിലാവും ജനനവും മരണവും ഇരുളും വെളിച്ചവും പകർന്ന് നിരന്തരം സഞ്ചരിക്കുന്ന ഭാവനയുടെ നീലമേഘദ്യുതി പോലെയാണ് ശ്രീകൃഷ്ണദാസിന്റെ കവിതകൾ. താരാട്ടിന്റെ മർമ്മരം ചേർത്ത്, തീയാട്ടത്തിന്റെ തീക്ഷ്ണത പകർന്ന്, പോരാട്ടക്കളങ്ങൾക്ക് വലംവച്ച്, ജ്ഞാനതൃഷ്ണയുടെ തീരങ്ങളിലൂടെ കാവടിയാടിവരുന്ന ഈ കാവ്യാഘോഷത്തെ വരവേൽക്കുക

തന്നെ വേണം. മലയാളത്തിന്റെ കാവുതീണ്ടിയ തൂലികയ്ക്ക് ജ്വലനാഗ്നിയുടെ ചിറകുവീശിപ്പറക്കാൻ പ്രാപ്തിയുണ്ട്. ചിദാകാശത്തിന്റെ ഛായാപടത്തിൽ നർത്തനമുദ്രകൾ വിരിയിക്കാനുള്ള പ്രാണശേഷിയുണ്ട്. മുള്ളുപോലെ കൊള്ളുകയും പൂവുപോലെ വിടരുകയും ചെയ്യുന്ന മാന്ത്രികതയെന്തെന്ന് ശ്രീകൃഷ്ണദാസിന് മനസ്സിലായിട്ടുണ്ട്. പുകയുന്ന കരിന്തിരികൾക്കപ്പുറം തെളിയുന്ന സപ്തവർണ്ണ ശോഭയെന്തെന്ന് കവി എഴുതിത്തെളിയിച്ചിരിക്കുന്നു.

'ഒരു വീടു പിഴുതെടുത്താറ്,
അതിനുണ്ടിടയ്ക്കത്തുടിപ്പുമായ്
കടുങ്കെട്ട്, അഴിയാക്കെട്ട്,
വലംപിരി, ഇടംപിരിച്ചുഴി,
....
ചോരവേരുമായ് മടങ്ങുന്നു
ആറും വീടും...'

വാങ്മയദൃശ്യങ്ങളുടെ അപൂർവ്വതാളപ്പൊരുത്തങ്ങളിൽ വീണ്ടും ജലാത്മകതയുടെ മറ്റൊരു മുഖം ഉജ്ജ്വലകാന്തിയോടെ അവതരിപ്പിക്കുന്ന ഈ കവിതയുടെ ('ആറെഴുന്നേറ്റു') താരസ്വരങ്ങളിൽ ഏറെനേരം വായനക്കാരന് മുഴുകിയിരിക്കാം. കവിതയിലെ മാസ്മരിക നാടകീയതയെ കേവലാർത്ഥങ്ങളുടെ ചുവടുപയോഗിച്ച് അളക്കാതിരിക്കുക.

'ആറ് നീ നേരുള്ള ആറ്
ആഴത്തിലേതോ ത്രിവേണിയിൽ
അവയെശ്ശാന്തമാക്കിയേക്കണം..'

അഗാധമായ ജീവിതവ്യാഖ്യാനം സ്ഫുരിക്കുന്ന കവിതയുടെ ഉയിർത്തെഴുന്നേൽപിന് ഏതോ പുരാവൃത്തശക്തിയുടെ ചടുലവേഗം. ആറാട്ടുകൈവഴി പിടിച്ചെടുത്ത് / വഞ്ചിമുടി പാറിച്ച് ഉറഞ്ഞാടിവരുന്ന ആറിന്റെ പ്രതിരൂപങ്ങളെ എവിടെവേണമെങ്കിലും അന്വേഷിക്കാം. പ്രകൃതിയുടെ ഭാവുകസ്പന്ദം സ്വന്തം നെഞ്ചിൽതൊട്ടു സ്വരൂപിക്കുന്ന ഒരാൾക്കേ ഇത്തരം കവിതകൾക്ക് ജന്മം നൽകാനാവൂ.

'സന്ധ്യതൻ നെറ്റിയിൽ
ചെന്തുളവൃത്തം വരയ്ക്കുന്ന
വാക്കിന്റെ ചുണ്ടമർത്തിച്ചുംബിക്കുന്ന
പൊട്ടിമാറിയ നേർത്തഞരമ്പുകൾ
തീപിടിച്ചു വഴിനടക്കുന്ന'

അപൂർവ അനുഭവം മണ്ണിന്റെ ഗാഢബന്ധത്തിൽ നിന്നേ പിറക്കാനിടയുള്ളൂ. കവിതയുടെ അഭ്യാസക്കളരികൾക്കു

പുറത്ത് ഏകലവ്യനെപ്പോലെ ഒറ്റയ്ക്കു ശീലിച്ച അസ്ത്രത്തിന്റെ പ്രയോഗവൈദഗ്ദ്ധ്യത്തെ അംഗീകരിച്ചേ കഴിയൂ. ജീവിതത്തിന്റെ ഗദ്ഗദച്ചേറിൽനിന്ന് മുക്തിപ്രാപിക്കാൻ പിടഞ്ഞെഴുന്നേൽക്കുന്ന ഓരോ കവിക്കും വഴികാട്ടിയാണ് ശ്രീകൃഷ്ണദാസ് മാത്തൂർ.

കരിഞ്ഞ വസന്തങ്ങളിൽ നിന്ന് കൈത്തിരിവിത്തെടുത്ത് വിതച്ചുനേടിയ ഈ കതിർക്കുലകളെ ആത്മാർത്ഥതയുടെ വേരും തണ്ടും ബോദ്ധ്യപ്പെട്ട് ബഹുമാനിക്കാൻ മാത്രമേ ഈ കുറിപ്പിലൂടെ ഞാൻ ശ്രമിക്കുന്നുള്ളൂ. കവിതകളെല്ലാം പരാമർശിക്കാൻ കഴിയുന്നില്ല. കവിയോടൊപ്പം ചേർന്നു നിന്നു പറയാൻ ഇത്രമാത്രം:

> ‘വേരോടുകൂടി ഒരുപിടി മണ്ണിങ്ങു തരണം...
> പകരം പൂവിടാതിരിക്കില്ല ഞാൻ, നിനക്കായ്
> ഉപകാരസ്മരണയെന്നാലും...’

ജൈവസന്നദ്ധതയുടെ ഇന്ദ്രിയാർദ്രതയ്ക്കു വിശ്വരൂപം നൽകാനും അതിന്റെ ഗീതാഭിമുഖ്യത്തിൽ സ്വയം വീണ മീട്ടാനും കഴിയുന്ന ഭാവനൈപുണ്യത്തെ ശ്ലാഘിക്കുന്നു.

‘ഉച്ചിയിൽ കമഴ്ത്തിയ കലക്കവെള്ളവും
ഹൃദയംപൊട്ടും വിളിയും
പെരുവിരലസ്ഥിയും’ മനസ്സിലവശേഷിപ്പിക്കുന്ന അസ്വസ്ഥത ഏറ്റുവാങ്ങാൻ കഴിയുന്ന ഏതൊരാൾക്കും ഈ പുസ്തകം സ്വീകരിക്കാം. കവിതയുടെ ഉൾതരംഗങ്ങളിൽ നിങ്ങൾ ഉലഞ്ഞും വിടർന്നും നിശ്വസിക്കുമെന്നുറപ്പാണ്. ശ്രീകൃഷ്ണദാസ് മാത്തൂരിന് നന്മനിറഞ്ഞ സ്നേഹാശംസകൾ.

■

സുതാര്യവും സുരഭിലവുമായ
കവിതകളുടെ സുന്ദര ശേഖരമാണിത്.
ഭിന്നലാവണ്യമുള്ള കാഴ്ചകൾ സമൃദ്ധം.
ഗ്ലാസ്സിൽ താളം പിടിക്കുന്ന ജലവും
നിഴലിന്റെ നെടുനെറ്റിയിലെ എരിതീക്കണ്ണും
മുറ്റസ്ലേറ്റിൽ പൂജ്യമിട്ടു പറമ്പിനെ തോൽപ്പിക്കുന്ന
ജൂൺമഴയും ആധികേറാമലയും
കിളിയുടെ പുളിച്ച ഭാഷയും
കെട്ടിപ്പിടിച്ചതു പോലെയുള്ള യാത്രയും
ഫോണെന്ന എസന്ധ്യാനിയും.... അങ്ങനെയങ്ങനെ
മനസ്സിനെ സമ്പന്നമാക്കുന്ന
കണ്ടെത്തലുകളുടെ കാഴ്ചബംഗ്ലാവ്.
ഹൃദയത്തെ ഒപ്പം സഞ്ചരിപ്പിക്കുന്ന കവിതകൾ.

കുരീപ്പുഴ ശ്രീകുമാർ

ജലസ്മൃതി

വീണ്ടും ജലം സ്വപ്നലോകത്തിരിക്കുന്നു,
ഏതോ വനപാത ഗ്ലാസ്സിൽ വരയ്ക്കുന്നു,
ആടും മയിൽപോലെ നീലച്ചു നോക്കുന്നു,
മാർഗ്ഗം വരയ്ക്കും വിരൽപാടു തേടുന്നു.

നിർത്താതൊരേങ്ങലിൻ കടൽകാറ്റടർന്ന്
തൈത്തിരക്കൺപോള തട്ടിത്തുറക്കുന്നു.
എല്ലിച്ചൊരാകാശ, മന്തിച്ച ദിങ്മുഖം,
ഈ താമരച്ചുണ്ടു മുങ്ങുമാറാഴത്തിൽ
ആധിമേലൊഴുക്ക്, വഴുക്കൽ, വിതുമ്പൽ-
എന്നെയോർത്തെടുക്കുന്ന പോലുള്ള ഭാവം.

നീറും നിഗംബോധിലെപ്പാടല സന്ധ്യ
പൊള്ളും പടിക്കെട്ടിലെള്ളിലും പൂവിലും
നിന്നെത്തൊടുവിച്ചിട്ടിരിക്കുന്ന ബോധ്യം.
തർപ്പണത്തുള്ളിയാം ജീവൻ തുടിച്ചപോൽ.

ഉണ്ടാകുമൊഴുക്കിൽ കൊത്തിയോരദൃശ്യ-
വിഗ്രഹം, ഓർമ്മതൻ മട്ടു മാറ്റിനോക്കു-
ന്നടിത്തട്ടിൽ കണ്ണുചിമ്മുന്നെക്കൽ നീക്കി
കാലുറയ്ക്കാതെ പോയൊരാർഷപട്ടണം,
കെട്ടുവിട്ടോരാമ്പൽ മുഖംപൊക്കി നോക്കു-
ന്നെങ്ങു നീ, യറംപറ്റുമാവേശ വാക്കേ.

മേച്ചിലോലപ്പുളിഞ്ചേറിലെച്ചന്ദ്രിക,
ചോർച്ചബാധിതകൈക്കുമ്പിൾ പോലെ കൂര,

ഒറ്റക്കവിൾജലപ്പൊക്കത്തിമിർപ്പോടെ
മൊന്തച്ചളുക്കത്തിൽ കാലവർഷദ്യുതി.
ഗ്ലാസ്സിൽ ജലം നിന്നു താളം പിടിക്കുന്നു,
ഓർമിച്ചെടുക്കുന്നു, വയലും വഴികളും.

ഗ്ലാസ്സിൽ ജലം സ്വപ്നലോകത്തിരിക്കുന്നു,
ജീവന്റെ പന്തം കൊളുത്തിപ്പിടിക്കുന്നു,
രക്തത്തിലെപ്പങ്കു ചോദിച്ചിരിക്കുന്നു;
കരയ്ക്കെത്ര ദൂരം? ഞാനൊച്ചവയ്ക്കുന്നു. ■

അവനോടങ്ങെക്യപ്പെടൂ

നിർത്തിയിട്ടിരുന്ന കൂറ്റൻ ചുമ
കുത്തിക്കുത്തി സ്റ്റാർട്ടാകുമ്പോൾ,
ആളുകൾ തിളച്ചു തൂവു-
മാശുപത്രി വരാന്ത പറഞ്ഞു,
അവനോടങ്ങെക്യപ്പെടൂ.

പലായനത്തിന്റെ മേൽ
ട്രക്കുകൾ ചാരിനിൽക്കും,
പലയിനം ഹോണുകൾ
അന്ത്യയാത്രയ്ക്കണിചേരും,
ഒറ്റ നടത്തത്തിന്റെ മേൽ ഭൂമി
തീ കൊളുത്തിയെറിയും
രാത്രിയുമടക്കം പറഞ്ഞു
അവനോടങ്ങെക്യപ്പെടൂ.

വിമാനം വെളിച്ചമിട്ടു മുളയ്ക്കും
അർദ്ധരാത്രിയിലീ നഗരം
നിന്നുപോയ ശ്വാസഗതിയുടെ
തണുത്തുറഞ്ഞ ദേഹസ്പർശം.
'മലരേ, മൗനമായ്'[1]
ആറിയില്ലിപ്പൊഴും, എന്റെ പൊള്ളൽ
നിന്റെ സ്വപ്നഗതിയിൽ തറഞ്ഞ്
തിരിച്ചുവിളി പ്രവാഹമാകുന്നേരം,
നിന്നിടത്ത് അതേ നില്പുമായ് നിഴലും,
നിഴലിൻ നെടുനെറ്റിയിലെരിതീക്കണ്ണും..

നിനച്ച പോലല്ലവൻ, ഹിംസ.
അവനോടങ്ങെങ്ങേക്യപ്പെടൂ.

എനിക്കെന്റെ വീടുകാണണം,
കൂടും കുടുംബവും കൊടി പറത്തും
നാടിന്റെ നില്പു കാണണം,
വേരടുക്കിൽ പുഴകളോടിക്കും
മണ്ണു തൊടണം, കാടു കാണണം.
കൊത്തും ചിറകടിയും വകഞ്ഞ്
മരത്തോൽ കുടുക്കഴിച്ചു കാറ്റ്
ചിരി മുളപ്പിക്കും വേല കാണണം.
ഒരുനോക്ക്
ഒരു വാക്ക്...

ഒരു നെടുവീർപ്പ്
കൊള്ളണം...
പെട്ടിയിൽ കയറാതെ കവിയും
കൂവലുംകുറുകലും കൊള്ളിച്ച് ഞാൻ
നിൽക്കുന്നീ ബാൽക്കണിക്കൊമ്പത്ത്,
ഗ്രാമസൂക്ഷ്മത്തിലേ, യ്ക്കൊറ്റച്ചാട്ടത്തി-
നെത്തുവാൻ, ജീവനറ്റാണെങ്കിലങ്ങിനെ.
നിറഞ്ഞു കുന്തളിക്കുന്നേര-
മൊറ്റക്കെട്ടായതേയരകം,
അവനോടങ്ങെങ്ങേക്യപ്പെടൂ. ■

1. എസ്.പി. ബാലസുബ്രഹ്മണ്യം ആലപിച്ച പ്രിയപ്പെട്ട പ്രണയഗാനം

മുറ്റത്തൊരാൾ

മുറ്റത്തൊരാൾ നടക്കുന്നു
കാറ്റിൽ കരിയിലയാകില്ല,
മരങ്ങൾക്കില പൊഴിക്കാനെങ്ങ് നേരം,
പൂവിടാനെങ്ങ് രാഗം,
തണലത്ത് സൂര്യന്റെ വിരൽ
കുടിച്ചുറങ്ങുമിവനെയൊരുനാൾ
മണ്ണിൽ കുഴച്ചുണ്ണുന്ന സ്വപ്നം
കണ്ടു കണ്ടിരിക്കുവാനല്ലാതെ.

പറകുന്നിറങ്ങി വരും
[1]കല്ല്യാണിയമ്മയാകില്ല,
അവരെ മുറുക്കിത്തുപ്പിയ റോഡ്
ഭ്രാന്തെടുത്താത്മാഹുതി ചെയ്യുന്നു,
മുഷ്ടി ലഹളയ്ക്കുള്ളിൽ ചാടി
പരിക്കേറ്റ നഗരമായ്.

ചന്തദിവസം തെക്കുനിന്നുദിക്കും
എരുമക്കുഴിയുമാകില്ല,
(നല്ലോണമൊന്നു കണ്ടു നിറയും വരെ
നിന്നു തരുവാനെങ്ങ് തിങ്കളാഴ്ചകൾ..)
അങ്ങേരാകി, ല്ലങ്ങേരെ
അടർത്തിപ്പെറുക്കിയ ചുള പോലെ
തിന്ന ഭൂമി തെങ്ങായ്, വാഴയായ്
പച്ച തികട്ടിയേമ്പൊക്കം വിടുന്നു.

മേശിരിയോരാകില്ല,
വേൽമുരുകനാകില്ല,
കാക്കാരശ്ശിക്കാലമാകില്ല,
അവരാറും നെഞ്ചത്തടിച്ചു ഭൂമി
പെയ്ത പെയ്ത്തിന് കൈയ്യും കണക്കുമില്ല.

നീട്ടിക്കുറുക്കും ആലപ്പുഴയക്കയാകില്ല
ലക്ഷംവീടിന്നൊരു പകുതിപ്രജ്ഞയിൽ
അവരലിയിച്ച ഭാഷമാത്രമോർമ്മയിൽ.

മുറ്റമാം സ്ലേറ്റിലാകെ പൂജ്യമിട്ട്
വീടിനെയും പറമ്പിനെയും തോൽപിച്ച
ജൂൺ മഴ? പിണങ്ങിപ്പോക്കു മടുത്ത്
തിരിച്ചിറയത്തു കടന്നിരിക്കും
നിന്റെ കണ്ണാം കാർത്തികപ്പന്തം?
ആകില്ല, ഏവരും സ്വപ്നത്തിലേക്കു
വിസയെടുത്ത പ്രവാസികൾ.

പിന്നാര്, റോസമ്മ, റോസിലി?
പടിഞ്ഞാറ്റതിലെ കീറുമാപ്പിള,
ദേവകിച്ചെ, ഭാരതിച്ചെ?
ചൂട്ടുകറ്റക്കനൽ മുറ്റത്തു കുത്തിക്കെടുത്തും
രാവെന്ന കുട്ട്യായട്ടി...
അവരാരുമാകാനിടയി, ല്ലവർതൻ-
വീട്ടുവാതിൽ പുറങ്ങളിൽ കാടിന്റെ
ജപ്തി നോട്ടീസ്, കടവാതിലുകൾ
ഇരുട്ടത്ത് ലേലംവിളി.

പിന്നാരാകാ, മുണർന്നു കണ്ണുതിരുമ്മി
തിളച്ച മുറ്റത്തേയ്ക്കിറങ്ങി നിൽക്കവേ,
കാണ്മൂ, പുഴനിന്നു വീർത്തു പൊട്ടുന്നു,

‘വെള്ളപ്പളുങ്കു നിറമൊത്ത’ പ്ലാസ്റ്റിക്കുകൾ
ഉള്ളത്തിൽ നിന്നു വിളയാടിപ്പോരുന്നു.
പലിശസഹിതം മുഖത്തടിച്ചപോലെ പുഴ
തിന്നതെല്ലാം തിരികെയേൽപ്പിക്കുന്നു. ■

1. കുട്ടിക്കാലത്തു വീട്ടിൽ നിത്യസന്ദർശകരായിരുന്ന അയൽക്കാർ/നാട്ടുകാർ/സുഹൃത്തുക്കൾ.

ആ നീല ബിന്ദുവിൽ

ആ നീല ബിന്ദുവിൽ[1] അടങ്ങാതിരിപ്പിൽ
സ്വയമേവയുരയും പൂവിളക്കുണ്ട്.
പീലി മേഞ്ഞ കണ്ണിൽ കടലാഴമുണ്ട്.
വിത്തുറയൂരിപ്പിടിച്ച പച്ച മുനയിൽ
പുലരന്തി ഉമിനീരിറക്കുന്നുണ്ട്.
ചാടിയെണീൽക്കും മതിൽപുറത്തിപ്പോഴും
വീണുപോകാതൊരു പൂവ് നീറുന്നുണ്ട്.
വസ്തുക്കളെ വാക്കു ചൂടിക്കാനൊരു
മഴയെഴുത്ത് വല്ലം നിറയെ പുല്ലും
പുല്ലിന്മേൽ വാ പിളർത്തുമരിവാളും
അതിൻ പുറത്താധികേറാമല-
ച്ചെന്നിപൊട്ടിയൂറും മകരനക്ഷത്രവും
മാനും മാൻചാതിയുമായ് വരുന്നുണ്ട്.
തുണയില്ലാത്തൊറ്റ നീർകോഴിക്കീറ്റൽ
ഉണർത്തി നിർത്തും രാത്രിയുണ്ട്.
കരിങ്ങാലിപ്പുഞ്ചവരമ്പ-
ത്തേതു നേരവുമിരുപേർ മുഖാമുഖം
കുടകറക്കി പാട്ടുമൂളി ചന്നംപിന്നം
സമയത്തെ മുക്കിപ്പിടിച്ചു പെയ്യുന്നുണ്ട്.
ആരിവനെ ചൂടാനെന്നോർത്തു നൊന്താൽ
അറ്റകൈയ്ക്കോടിയെത്താനൊരു
മരണമെന്ന ബന്ധുത്വവുമുണ്ട്.
ചന്ദ്രനിൽ ഉള്ളു മുക്കി തണുത്ത പാൽ-
പ്പാന നാവിൽ തൊട്ടുറക്കം പിടിയ്ക്കുന്നു-
ണ്ടാശ്ചര്യക്കൂരകളതിലെന്റെ വീടും.

അലർച്ച മുട്ടിക്കിടക്കും നെഞ്ചം
പൊതിച്ചെടുത്താൽ കിട്ടും വെള്ളയാമ്പൽ
നിലാവുണ്ട്, അതിലാകെ വിടർച്ചയുണ്ട്.
ആ നീല ബിന്ദുവിൽ അടങ്ങാതിരിപ്പിൽ
ഇനിയെങ്ങുമില്ലാത്ത ജീവിത-
ച്ചുനമണമുണ്ട്, ഞാനുണ്ട് നീയുണ്ട്,
ഒരുപിടിക്കടുകു തൂവിപ്പരന്ന പോൽ
പലരുണ്ട്, പലതുണ്ട്...
ഒറ്റ ശ്വാസത്തിൽ കോർത്തെടുത്ത
ജൈവമാലികയുണ്ട്, പൊരുളില്ലാ പൊരുളുണ്ട്. ■

---

1. സൗരയൂഥത്തിൽനിന്ന് ഇതര പ്രപഞ്ചങ്ങളുടെ അഗാധത്തിലേക്ക് എന്നേക്കും കൈവിട്ടുപോകും മുൻപ് നാസയുടെ പ്രപഞ്ചപേടകം (voyager-1) പകർത്തിയ, ഭൂമിയുൾപ്പടെയുള്ള സൗരയൂഥ ചിത്രം. അതിൽ ഒരു ഇളംനീല ബിന്ദുവായ് ഭൂമിയെ തിരിച്ചറിഞ്ഞതിൽനിന്നും പ്രചോദന മുൾക്കൊണ്ട് അമേരിക്കൻ ജ്യോതിശാസ്ത്രജ്ഞൻ കാൾ സഗൻ എഴുതിയ ശാസ്ത്ര പുസ്തകം - Pale Blue dot.

കുഞ്ഞ്

പന്തെടുക്കാൻ ചെല്ലുമ്പോൾ
തൈകളെ ചേർത്തണച്ച്
തള്ള ബോൾസ്[1] പൂവോങ്ങി.
മിശിറിനെ ചുമലിലേറ്റി
മുഷ്ടികൾ മുറുക്കി നിന്നു.

മണ്ണെടുക്കാനിറങ്ങിയപ്പോൾ
ഗർഭിണിപ്പറമ്പു ചേര-
ക്കൈയ്യുയർത്തി ചീറ്റി നിന്നു.
കാടു വാരിച്ചുറ്റി ദേഹം.

വിറകിളക്കി മാറ്റിയപ്പോൾ
ഈറ്റുനോവിൻ ദൈന്യനോട്ടം,
കെഞ്ചലിന്റെ മാതൃമ്യാവൂ.

കല്ലെടുക്കാൻ തോന്നുമ്പോൾ
വളച്ചു വാതിൽപാളി ചാരി
പുളിമരത്തിൽ പൊറുക്കും കിളി
പുളിച്ചഭാഷ വിളിച്ചു കൂവുന്നു.

ഇരുമ്പുമായിറങ്ങുമ്പോൾ
തള്ളവാഴ കൊമ്പു കുലുക്കുന്നു,
കന്നുകളെ പിടിച്ചടുപ്പിക്കുന്നു,
ഇലക്കച്ചിയിൽ പൊതിയുന്നു.

'ധൃതിത്വ'മാധി കയറ്റവേ
ചുവടെ വീണും പൊരുതിനിൽക്കും

മുട്ടയുറുമ്പിൻ പരാക്രമം
സൂക്ഷ്മമാകെ മിടിക്കുന്നു.

കാവിലേക്കു കാലുവയ്ക്കുമ്പോൾ
കാട്ടുചേമ്പിൻ കൈത്തൊട്ടിലിൽ
കർക്കിടകക്കുഞ്ഞുറങ്ങുന്നു!
'ഫാ'യെന്നു ശംഖുവരയനാട്ടുന്നു.

ജാലകമടയ്ക്കാൻ നേരമോ,
കുറുകെ രാത്രിയുടെ കരിഞ്ചരട്,
അതിൻ തുമ്പിലൊരു ചന്ദ്രിക
സ്വയമുറക്കുവാൻ താരാട്ടു പെയ്യുന്നു.

സ്വപ്നത്തെ ചാരിനിൽക്കുമ്പോൾ
ആകാശ പുറങ്കടൽ കൈകളിൽ
ആരു തട്ടിയെടുത്ത കുഞ്ഞിൻ-
താരകശരീരവും തിളങ്ങുന്നു. ■

1. ബോൾസിയം

കാല് ഷൂവിനോട് ചെയ്യുന്നത്

ഇറങ്ങിക്കയറി വർദ്ധിത വീര്യത്തിൽ
കാല് ഷൂവിനോട് ചെയ്യുന്നതെന്തോ
കുറഞ്ഞപക്ഷം നീയെന്നോടതു ചെയ്യുന്നു.

ബന്ധനത്തിന്റെ ദുർഗന്ധധ്രുവത്തിൽ
നിർബന്ധിതാലിംഗനത്തിന്റെ
ചവുട്ടിത്തേയ്ക്കലിനു പ്രായശ്ചിത്തം പോൽ
കറുത്ത പോളീഷാലെ
ചമത്കാരച്ചിന്തേരിട്ടു മിനുക്കുന്നു
(അഥവാ കരിവാരിത്തേക്കുന്നു)

കാല് ഷൂവിൽകയറിപ്പോകുന്ന പോക്കെന്ന
എടുപ്പുഗുണത്തിന്റെ പിന്നാമ്പുറത്തിരുന്ന്
ലേസഴിച്ചു മുറുക്കുമെൻ നിസ്സംഗതയ്ക്കിട്ടു
നീ തരുന്നു ചവിട്ടും തൊഴിയും.

കെട്ടിപ്പിടിച്ചതു പോലുള്ള
യാത്രയിലുടനീളം
മണ്ണും നീയും കൂടിത്തന്ന
പീഡനത്തിലേറിയകൂറും
നിന്റെ കാൽക്കൽ ഞാൻ
നേരായൊരാലിംഗനാസക്തി.

നീയെന്നെയത്രമേൽ പെടുത്തിക്കൂട്ടി
സങ്കല്പങ്ങൾ തിരുത്തിച്ചാർത്തി
മെതിക്കപ്പെടാതിരിക്കുന്ന നേരങ്ങളിൽ

വ്യർത്ഥമീജന്മം, വിധേയത്വമില്ലാതെ-
യെന്നാക്കിത്തീർത്തു.

കാല് ഷൂവിനോട് ചെയ്യുന്നതെന്തോ,
അതിനപ്പുറം നീയെനിക്കെന്തു ചെയ്തു?
ജീവനുണ്ടെന്ന നടുക്കമല്ലാതെ,
നിന്നോട് നീ പോലുമറിയാതുറന്ന
ഗുപ്തപ്രണയമല്ലാതെ.

കാൽക്കൽ ഞാൻ കണ്ട
ലോകത്തിനാണു മേൽക്കൈ.
ഞാനൂറി വീഴും ശരത്കാല രാവുപോൽ
നിന്റെയീ പടിക്കു പുറത്ത്.
എങ്കിലും നഗ്നമായ് തണുത്തുപോകുമ-
ക്കാലിനെയോർത്തെനിക്കും
സങ്കടപ്പെടാതിരിക്കുവാനാകുമോ?

[1]വസന്തം ചെറിമരത്തോടു ചെയ്യുമ്പോലെ
ഞാൻ നിന്റെ ചിതയിലും
വിട്ടുമാറാത്ത ഓർമ്മയിലും
മനസ്സിട്ടിളക്കി
മധുരമായ് പകരം ചെയ്തു കൊണ്ടിരിക്കും. ■

---

1. പാബ്ലോ നെരൂദയുടെ പ്രശസ്തമായ വരികൾ

ജ്വലനോത്സുകം

മിണ്ടുവാനുണ്ടേറെ, സങ്കടം കായ്ക്കുന്ന
വന്മരച്ഛായയിൽ ജ്ഞാനപ്പെടുവാനും.
എങ്കിലും പേടിയാ, ണേതലംകൃതത്തേൻ
വാക്കും വിവക്ഷയും ജ്വലനോത്സുകങ്ങൾ.
'കൊള്ളിച്ചു'വോയെന്നു സംശയാസ്പദം നീ
മറ്റൊരുൾ കൊള്ളിയും കത്തിച്ചു നിൽപതേ,
യുദ്ധത്തിലേക്കുള്ള കത്തുനീട്ടിക്കൊണ്ട്
രക്ത വേഗത്തിനൊത്തു പോകാതാകവേ,
വാക്കു വാക്കല്ലതിൻ കണക്കറ്റ ദ്രോഹം
പെട്ടുപോം ചിദാകാശത്തഗ്നി വേരുകൾ.
രൂക്ഷതാരക്കണ്ണു ചൂടും പുകിൽകാല-
'ക്കമൊ'ന്നൊരക്ഷരം ചുമ്മാതെ ശത്രുത!
വേരെഴും നെഞ്ചിൽ കലിപ്പുള്ള നർത്തനം,
കോടി ചൂടിച്ചാലും നിർത്താതെ ജ്വലനം.
ചൊന്ന ഭാഷയാൽ പൊള്ളലേൽക്കുമോ, പേടി
വന്ന വാക്കിൽ നിനക്കു കൊണ്ടാലോ, ഒച്ച
തള്ളി നിന്നിടങ്ങൾ, ചീകിവച്ചെങ്കിലും
മുള്ളു പോലൽപമുന്തും ജ്വലനോത്സുകം.
എപ്പോഴുണ്ടാകും വ്രണപ്രദേശങ്ങളിൽ
കൊണ്ട വേദന, പ്രാണനെ നേർപ്പിക്കുന്നു;
താഴ്ത്തി വച്ച കരിന്തിരിച്ചൂടത്തു നി-
ന്നെങ്കിലും പാട്ടുപോലൂറും മിണ്ടൽകൊതി... ■

വാഗൺ ട്രാജഡി

പിന്നിൽ 'സൗണ്ട് ഹോൺ'
എന്നുണ്ടായിട്ടുമാരുമുരിയാടിയില്ല.
കുലുക്കിക്കൊള്ളിച്ച നിലവിളികളിൽ
ഒന്നുരണ്ടെണ്ണത്തിനെയെങ്കിലും
ചൂടോടെ വിളമ്പാമെന്നു ക്ലീനർ.
മനോചുരം, മനസ്സാക്ഷിയുടെ ചെക്ക്പോസ്റ്റ്,
ഇവ കടന്നാൽ പിന്നെ, ഇറക്കമാണ്.
അധിക ഗിയറില്ലാതെ, ഒന്ന്! ഒന്നിന് മീതെ
ശ്വാസത്തിനു കൈയ്യെത്തിക്കിടന്നോളും.
നീയിവിടുണ്ടോ എന്ന് മുഴുമിപ്പിക്കാത്ത
കുറുകലിനു മീതെ മറ്റൊരു കുറുകൽ...
ബീഫ്, മട്ടൺ എന്നൊക്കെപ്പോലെ
മനുഷ്യമാംസത്തിനെന്തു പറയുമെന്ന്
നാമെന്തിനു ചോദ്യപ്പണി കൊടുക്കണം?
കയറ്റിറക്കങ്ങൾ കുത്തിപ്പിഴിഞ്ഞലക്കി
തെറിച്ച കണ്ണുനീർത്തുള്ളികൾക്കിങ്ങനെ
പുലർച്ചയിൽ ഇലകളിൽ ഞാന്നിരിക്കാൻ
കഴിയുമാറാകട്ടെ എന്ന വരം കൊടുത്ത്,
പാസ് കിട്ടിയ വണ്ടിപ്പാടുകളിൽ
നിൽക്കാൻ പിടയ്ക്കുന്ന ഹൃദയത്തിന്റെ ഗ്രാഫ്.
കുതിർന്നു വീർത്ത കണ്ണുകളിൽ നിന്ന്
രുചി ഞെക്കിപ്പിഴിഞ്ഞ് കുപ്പിയിലാക്കുന്ന ഭരണകൂടം.
ഏറണാകുളത്തു കിടന്നു നിറഞ്ഞു വീർക്കുന്ന
ധൻബാദിൽ[1] ആരും ചാവാത്ത വാഗൺ ട്രാജഡി,

തമ്പാക്കുവാം[2] നെല്ലിപ്പലകയിൽ പിടിച്ചു നിന്ന്
തെറിയിൽ നിലവിളി, സിനിമക്കൊട്ടകയിൽ
'പുലി'യിറക്കം കാണാൻ വാഗൺ ട്രാജഡി,
ഇങ്ങോട്ടെറിഞ്ഞാല് ഞാനും തരുമെന്ന്
മെക്കയിൽ നിന്ന്, കല്ലിടും കുന്നിൽ നിന്ന്...
കുത്തിനിറയ്ക്കപ്പെട്ടവയിൽ നിന്നോരോ ദിവസവും
ഞളുങ്ങിപ്പോന്ന വിളഞ്ഞ വിത്താണ് നാം,
തല്ലുകൊണ്ട് മരിച്ചവന്റെ ചിതാഭസ്മം
എന്നുമിങ്ങനെ പൂശി മണക്കുവോർ. ■

---

1. എറണാകുളത്ത് ധൻബാദ് എക്സ്പ്രസ്സിൽ കയറാനുള്ള തിക്കും തിരക്കും.
2. ഉത്തരേന്ത്യൻ തൊഴിലാളികൾ വ്യാപകമായി ഉപയോഗിക്കുന്ന പുകയില ഉല്പന്നം.

ഫോണൊരുത്തി

കാപ്പി വച്ചിട്ടവൾ
മാറി നിന്നു, കൊതിച്ചു.

ചോറു വച്ചിട്ടവൾ
ചാഞ്ഞു നോക്കി, നിറഞ്ഞു.

തോരനൂട്ടി, കറിയൂട്ടി
നീറി നിന്നു, തുളുമ്പി.

പിറക്കണം ഫോണായൊരിക്കൽ
കിട്ടണം കരസ്പർശമങ്ങിനേലും.

അവൾ ഓർത്തു നിന്നു, തിളച്ചു,
എച്ചിൽ തൂത്തുവാരി നടന്നു.
'ഫോണവൾ എന്ഡ്യാനി'
പ്രാകി മാറി, നീറി നീറി.

രാത്രിയെ നീട്ടി വിരിച്ചു
മേല് മേലേ നിവർത്തി.
പാത്തു നോക്കി, മയങ്ങി.

അവന്റെ
വിരൽത്തുമ്പിലപ്പോഴും
ഫോണൊരുത്തി!
തിരിഞ്ഞൂ, മറിഞ്ഞൂ,
കാമമോഹം പെരുക്കി. ■

ആറെഴുന്നേറ്റു

ആറെഴുന്നേറ്റു, വഞ്ചിമുടി പാറി,
ആറാട്ടുകൈവഴി പിടിച്ചെടുത്തു.
വാകമരപ്പൂങ്കൊമ്പ് ചാടിപ്പിടിച്ചു,
ചാട്ടത്തിലഞ്ചാറു വീടിറുന്നു.

ആറിറങ്ങി, വീടൊഴിപ്പിച്ചു,
ചുവരിലൊരാൾപൊക്കമെടയാളം
മലമണ്ണു ചാലിച്ചു കോറി,
അതിൽതൊട്ടറിയുക പിൽക്കാലം.

ദഹിപ്പിച്ചൊരു നോട്ടം
മുള മറവിൽ ചൂളം
ഉരുൾ മൂളിപ്പാടൽ
ഒഴുക്കൻ മഹാകായം
അകത്താറ്
പുറത്താറ്
അകിൽച്ചീളു കൊണ്ടുള്ള
മുന വീശിയുറഞ്ഞാറ്.
മദിച്ചാറ്
കുതിച്ചാറ്
കുലക്കൂമ്പിന്നറ്റത്ത്
മധുവീമ്പിത്തകർത്താറ്.

സിരകൾ മുളയ്ക്കുന്ന
നിലത്താറി
ത്തണുത്താറ്.
ആറെഴുന്നേറ്റു
മറിഞ്ഞു വീണാകാശം.

ഒരു വീടു പിഴുതെടുത്താറ്
അതിനുണ്ട് ഇടയ്ക്കത്തുടിപ്പുമായ്
കടുങ്കെ, ട്ടഴിയാക്കെട്ട്.
വലംപിരി, ഇടംപിരിച്ചുഴി
പഠിച്ച മൽപിടുത്തങ്ങൾ പയറ്റി,
എന്നിട്ടുമൊരു ചോരവേരുമായ്
മടങ്ങുന്നു ആറും വീടും,
ചോരാതിരിക്കണം
അതിലെ പ്രദോഷങ്ങൾ,
മങ്ങാതിരിക്കണം
അതിലെ പുലർച്ചകൾ,
കേട്ടോണ്ടിരിക്കണം
അതിലുള്ള ഹൃദയങ്ങൾ
ഇന്നോളം കൊട്ടിയ അഖണ്ഡ
താളങ്ങൾ,
ആറു നീ നേരുള്ള ആറ്
ആഴത്തിലേതോ ത്രിവേണിയിൽ
അവയെശ്ശാന്തമാക്കിയേക്കണം.

ആറെഴുന്നേറ്റു, മുറുമുറുത്തു
നിരന്ന തണ്ണീർതടങ്ങളിൽ
ഒഴിഞ്ഞ കുപ്പികൾ മുങ്ങിനിവർന്നു.
ആറൊരാനപ്പക പകച്ചു,
വനവൃക്ഷക്കൊമ്പിലാടി
ഭൂമുഖത്തിന്റെ നേർച്ചത്തൂക്കം.

ആറിറങ്ങി, വിശപ്പടങ്ങി
നീണ്ടു നിവർന്നു കിടന്നാറ്
ആകാശം വാരിപ്പുതച്ചാറ്
ആയിരം കൊള്ളിമീൻ
കൊളുത്തി സ്ഫുരിച്ചാറ്. ■

വരുമോ കുട്ടേട്ടൻ

പിള്ളെയാർകോവിൽ തെരുവിലേയ്ക്കോട്ടോ പിടിച്ചു,

ഓട്ടത്തിലൊന്നും രണ്ടും പറഞ്ഞു വാക്കേറ്റത്തിൻ
കൊള്ളിയുരച്ചങ്ങോട്ടുമിങ്ങോട്ടുമെറിഞ്ഞൊടുക്കം
കലിയെടുത്തവനെന്നെ[1] കൂരിരുട്ടത്തിറക്കി നിർത്തുന്നു,

വണ്ടി വെട്ടിത്തിരിച്ചെടുത്തൊരാട്ടാട്ടി വന്ന വാക്കിൽ
പുകഞ്ഞ നോട്ടവും പൊടിയും പറത്തിപ്പാഞ്ഞു പോകുന്നു.

മൂക്കു മുട്ടെപ്പൊങ്ങുമിരുട്ടത്തു കൈകാലിട്ടടിച്ച്
ഒന്നു നൂണ്ടു നോക്കവേ, തെളിഞ്ഞുൾ നിലാവ്, വഴിതെറ്റി.
സ്വിച്ചിട്ടാൽ തെളിഞ്ഞടുക്കളപ്പാത്രം കിലുക്കും വീടല്ലിത്,
തൊട്ടപ്പുറത്തെ മറീന പായിക്കും കടൽക്കാറ്റു
മത്സ്യത്തെപ്പോലെ വന്നാഴം തൊടീക്കും പെരുവഴി.

[2]ഐ ഐ റ്റിക്കാടു ചെവിവട്ടം പിടിച്ചിരിക്കവേ
കൂവലും കുറുകലും ഇലവീഴ്ചയും കൊമ്പൊടിയലും
കാടു പൊതിയും കന്മതിൽ പറ്റിയ ചോരപ്പൊടിയു,-
മേറുമീ ഘനരാവിനെ മലർത്തിയടി-
ച്ചടുത്തിടെ തകർന്ന ബൈക്കു കൊമ്പും കുഴലും
കൂടിച്ചേർന്നു ജരാസന്ധനെപ്പോലെഴുന്നേറ്റ്
ഒറ്റക്കണ്ണുമുഴപ്പിക്കും പോലാധി, വിഭ്രാന്തിയും.

ആരെക്കൊണ്ടുക്കളഞ്ഞിട്ടാരു പോകും ജീവിത-
പ്പാത പട്ടുകിടക്കും പോലിടവഴിപ്പെരുക്കവും.

നേർക്കുനേർ രണ്ടിരുട്ടിനെ പൊരുതാൻ നിർത്തി നീ
പോയ പോക്കിന്റെ വെള്ളിടിപ്പാടു പടർന്നപോൽ ചിന്തയും.
ഓരത്തെ മൈതാനത്താളില്ലാതെ കാൽപ്പന്ത്
നീട്ടിയുരുട്ടി ആരുമില്ലായ്മ തട്ടിക്കളിക്കുന്ന പോലെയും.

പെരും പാതയിൽ കാലിറക്കിവച്ചൊരമ്മൻ കോവിൽ
മണിനാവു നീട്ടിയൊറ്റയ്ക്കോരോന്നു പറയുന്നതും.
ഇരുട്ടിൽ വീണുപോകുമ്പോഴത്തെ ഭയാശങ്കകൾ...

എരിക്കിൻ പൂവു ചൂടി കാടു നേര്യതുമുടുത്ത
ചുള്ളിക്കയ്യിൽ ജീവനെ കൊരുക്കാനായും
ഒറ്റയ്ക്കായ നിമിഷമേറ്റവും കടുത്ത ശിക്ഷ.

മറ്റേതെങ്കിലും വണ്ടി പ്രാണനും കൊണ്ടുവന്നീ
ഇരുട്ടിൽ നിന്നിവനെ കോരിയെടുത്തെങ്കിലെന്ന്
കൃഷ്ണനെ വിളിച്ചു നോക്കി, പിന്നെ ശിവനെ, രാമനെ,
ഏവരും അത്താഴപൂജ കഴിഞ്ഞുറങ്ങുന്ന പാതിരാവിത്..

ഏതെങ്കിലും കിളിയൊരു ചുവടു മാറിയിരുന്നതാകാം
വണ്ടു കരിയിലയിൽ വീണതാകാം, പക്ഷേ
ഞെട്ടിക്കുമേതോ കതിനയോളം പെരുകുന്നു ശബ്ദം.

ചത്ത കൈഫോണിനെ കുലുക്കിക്കുലുക്കി
ചെല്ലുന്നു കരച്ചിലിൻ പൊടിഞ്ഞ വക്കത്ത്,

ആരെ വിളിക്കും, ദിക്ക് വാതിലടച്ചുപൂട്ടി താക്കോൽ
നിസ്സംഗതയുടെ മച്ചിലെറിഞ്ഞു കളഞ്ഞിരിക്കുന്നു,
വീഴുമിവിടെത്തന്നെ, ഒന്നുകൂടി നടന്നു നോക്കുന്നു;
അങ്ങിനെപോയാലെങ്ങിനെ? പിന്നിൽ പിടി-
ച്ചൊറ്റ വലിക്കു വീഴ്ത്തി കുണ്ടുകുഴികൾ, പാതിരാ-
ത്തിരിയുള്ളിലൂതിത്തെളിക്കാൻ നട്ടംതിരിഞ്ഞ്
പാമ്പിഴഞ്ഞ കാടിന്റെ വാലിൽ തട്ടി വീണ്ടും
നടുങ്ങി വീഴുന്നേരം, കൈനീട്ടി നിൽകുന്നൊരാൾ!
പിള്ളെയാർകോവിൽ തെരുവിലെ കുട്ടേട്ടൻ[3]

നീ വരൂ, ഞാൻ കൊണ്ടാക്കാം ഉത്സാഹമന്ദഹാസത്തിരി.
'എങ്ങിനിപ്പെട്ടാലുമെന്നെ സ്മരിച്ചാൽമതി' സൈക്കിൾ
ബല്ലിനൊപ്പം 'തിരൂരീണത്തിൽ'[4] തൂവും പല്ലില്ലാച്ചിരി..

ഇന്നിതും മഹാനഗരം[5], വെയിലുണ്ടെങ്കിലും
മറ്റൊരു പാതിവഴിയോരത്തിന്റെ കൂമൻ മൂളൽ,
സ്വപ്നചഷകങ്ങളിൽ നാവിഴഞ്ഞു നടക്കും വനം,
പ്രത്യേക വിമാനങ്ങൾ കൊഞ്ഞനംകുത്തും തെരുവ്...
പെട്ടുപോയ് പിന്നെയും ഞാനെന്ന കൂട്ടക്കരച്ചിലിൽ
വന്നെങ്കിലിപ്പോഴുമന്നത്തെപ്പോലെ കുട്ടേട്ടൻ,
കെട്ടിടങ്ങൾ വളഞ്ഞിട്ടു പിടിച്ചൊരെന്റെയീ
താണ ശബ്ദത്തെ കൈനീട്ടിപ്പിടിച്ചുയർത്തുവാൻ. ■

---

1. അന്യായമായ കൂലിത്തർക്കത്തെ തുടർന്ന് ഇരുട്ടിൽ പാതിവഴിയിൽ ഇറക്കിവിട്ടുപോയ ചെന്നൈ മഹാനഗരത്തിലെ ഓട്ടോറിക്ഷ.
2. മദ്രാസ് ഐ ഐ റ്റിയോട് ചേർന്നുള്ള വനം.
3. അവിചാരിതമായ ഒറ്റപ്പെടലിൽ കൂട്ടുവന്നു കുടുംബസുഹൃത്തായി മാറിയ ചെന്നൈ മലയാളി.
4. തിരൂർകാരനായ കുട്ടേട്ടന്റെ ഹൃദ്യമായ സംഭാഷണ രീതി.
5. കൊറോണ വൈറസ് പടരുന്ന മസ്ക്കറ്റ് നഗരം

പുതുമഴ

മഴയ്ക്കു മൂക്കറ്റം പെയ്യാൻ
മുട്ടറ്റം കലപില കാട്.
'തേനെന്ത്യേടീ' എന്നൊരു
വിളി മാത്രം പോരേ,
പെയ്യാതിരിക്കാനാർക്കാവും?
മതിലിനിപ്പുറമപ്പുറം
പൂവിളി നാടുകൾ
മണം പങ്കുവയ്ക്കുന്നത് കണ്ടാൽ
ആർക്കു തോന്നും തോരാൻ...
എന്നിട്ടും മഴ
അവാർഡുള്ളിടം
നോക്കിവച്ചു പെയ്യുന്നു. ■

ദെണ്ണപ്പൊക്കം

വിഷുക്കൊന്നേ,
എന്തിതീ
ദെണ്ണപ്പൊക്കം?

പൂങ്കുമിളയൂതി
വേനലവധിക്ക്
തിളയ്ക്കുന്നതിൻ
ആധിശാസ്ത്രം?

കറ്റും
കരിനുണയും
കൊള്ളിച്ച മണ്ണിൽ
വേരു കടിക്കുന്നുണ്ടോ
കിളുന്തെല്ലുകൾ?

കീറിപ്പോയ ഫ്രോക്കിൻ
ചെമ്പിച്ച ഹുക്കുകൾ.

ആവിമാസം
ചിതയിൽനിന്നു വാങ്ങിവച്ച
ആയിരം പൊട്ടലുകളെ
മയത്തിലിങ്ങനെ
പരിഭാഷപ്പെടുത്തിയതോ?

എന്തായാലും
പൂക്കാനുള്ളതെല്ലാം
പൂത്തുതീർക്കുക.

വാർക്കാനുള്ളതെല്ലാം
തിളച്ചു തീർക്കുക.

വരികയില്ല
നീയും ഞാനും ഇനി
പിറവിയുണ്ടേലു-
മില്ലെങ്കിലും.

ഈ കറുകറുത്ത
മണ്ണിൽ. ■

എവിടെ നിൻ വീട്, മണ്ണ്?

എവിടെ നിൻ കാലുകൾ?
ദേശീയപാതയിൽ
ഉരഞ്ഞെരിഞ്ഞു പോയ്.

എവിടെയാ കൈവിരലുകൾ?
തീവണ്ടി കയറി
കുനു കുനാ അരിഞ്ഞുപോയ്.

എവിടെ കണ്ണുകൾ?
എത്താനാവാത്ത ദൂര
ത്തെറിഞ്ഞു കളഞ്ഞു.

എവിടെ ശിരസ്ഥലി?
ട്രക്കുകൾ ചാരിനിന്ന്
തീരെ ചതഞ്ഞുപോയ്.

എവിടെ ഹൃദയം, കരൾ?
അവരൊന്നൊന്നായ് ഇന്നലെ
വിശന്നും കരഞ്ഞും
പലായനത്തിൽ മരിച്ചു.

എന്താണൊടുക്കത്തെയാശ?
വീടോളം ഇഴഞ്ഞെത്തണം,
മുറ്റത്തെ മരത്തിനീ ദേഹം
പഠിക്കാനിട്ടു കൊടുക്കണം.

കുറെ നാൾ ശേഷം ചുവന്ന
മുളകുപൊടിച്ചേല ചുറ്റിയ
ഒരുകുട്ട മാങ്ങകളിലൊന്നെടുത്ത്
മണ്ണു മണത്തു ഞാൻ ചോദിക്കും,
എവിടെ നിൻ വീടും മണ്ണും?
പെട്ടെന്നു പ്രളയപ്പെട്ട കുവ്വം[1] പോലെ
ഫുട്ട്പാത്തിൽ തളർന്നിരുന്ന്
ഗ്രാമമുച്ചത്തിൽ കരയും. ■

---

1. കുവ്വം നദി

ഒറ്റത്തൊണ്ടയ്ക്ക്
പിറന്ന ശബ്ദം

പൂവോടുകൂടി ഒരു മുള്ളുവേലിയിൽ
കൊരുത്ത നിഴൽ കീറിക്കിടക്കുന്നു.
ശിഷ്ടദൂരം നിഴൽ പോലുമില്ലാതെ
പോയൊരുത്തന്റെ ചോരത്തുടിപ്പിതിൽ
വിട്ടുമാറാതെ കിതച്ചു പൂക്കുന്നു.

കറ്റതല്ലും പോൽ മനുഷ്യനെ ചുഴറ്റി
മണ്ണിലറയുന്ന കാഴ്ചപൊത്തി,
അന്ധനെന്നു പേരെടുപ്പവൻ
ആധിമന്ത്രമുരുക്കഴിച്ച്
കവിത പോലെന്തോ കൊളുത്തി വയ്ക്കുന്നു.

നേർക്കുനേർ നിന്ന് വിരലമർത്തുമ്പോൾ
പൊട്ടാതൊരു ബട്ടൺ, സന്ധ്യതൻ
നെറ്റിയിൽ ചെന്തുള വൃത്തം വരയ്ക്കുന്നു.
വാക്കു പുളിക്കുന്ന ചുണ്ടമർത്തി
നടുക്കമായ് വന്നവ, ചുംബിച്ചലസുന്നു.

പൊട്ടി മാറിയ നേർത്ത ഞരമ്പുകൾ
തീപിടിച്ചു വഴി നടക്കുന്നു,
ഒരു ബന്ധം വലിച്ചൂരി നിന്നെ
വരച്ചവരയിൽ നിർത്താൻ
വെറുതെയൊരു ഹിംസ.

ഏറെ നേരമായി ഒരുത്തനെത്തന്നെ
ചേറിലാഴ്ത്തി പിടിച്ചിരിക്കുന്നു.
ജീവിതത്തിന്റെ ഗദ്ഗദത്തോപ്പിൽ നിന്നും
നേർത്ത് 'പിടഞ്ഞ' പോലവൻ രക്ഷ നേടുന്നു.

കയറ്റത്തിന്നിടുപ്പിൽ പിടിച്ചിരുന്ന്
മഴ മാത്രം കണ്ണ് തുടയ്ക്കുന്നു, മുങ്ങിയ
താണ നിലത്തിന്റെ വേരുള്ള കൈകൾ
ഒന്നുകൂടി പ്രാണഭയം വരയ്ക്കുന്നു.

നിന്നോളം കൂവിപ്പരക്കാൻ മാത്രം
എനിക്കില്ലാത്ത പാതിരാ വിസ്തൃതിയിൽ
കൊടി പിഴുതടിയിലെച്ചോര
കഴുകുന്നതിനാണ് ഒരുതുള്ളിയായ്
വന്നിറങ്ങുന്ന വാശിമഴ.

കൂടെ നടന്നതി ഗോപ്യമായ് നീ
അറിഞ്ഞെറിഞ്ഞിട്ടും നിർത്താതെ പിടയ്ക്കുന്നു,
തുലാമാസ മഴയാകെ കുടിച്ച്
ഒറ്റത്തൊണ്ടയ്ക്ക് പിറന്നതെൻ ശബ്ദം... ■

രക്തസമ്മർദ്ദം

കൊഴിയും വരെ കാക്കാതിതിനെ
ഇറുത്തു തരുമോയെന്നു കേണു
പ്രതികാരച്ചോര പുരട്ടി
അഴിഞ്ഞാടിപ്പോം മുടിയോട്.

കൊട്ടും കുഴലുമില്ലാതെ
മണ്ണോടു ചേരും കവിതയുടെ
ദേഹത്തു വച്ചു കൊടുക്കുമോയെന്ന്
അക്ഷമരാഷ്ട്രീയത്തോട്.

കടിഞ്ഞാണിൽ കിടന്നാടും
ഗീർവ്വാണമുക്രയ്ക്ക്
റീത്തായ് വയ്ക്കുമോയെന്ന്
വളർന്നു പിളർന്ന മണ്ണിനോട്.

ചെമ്പരത്തിപ്പൂവിനെപ്പറ്റിയുള്ള
നെഞ്ചെരിച്ചിലുകൾക്ക്
ചെവിയിൽ ചൂടാൻ കൊടുക്കുമോയെന്ന്
ഉപരിപ്ലവ പ്രണയകേളികളോട്.

താങ്ങാവുന്നതിലപ്പുറമിപ്പുറം
താങ്ങിത്തൂങ്ങി
ഇടനാഴിയിൽ തിങ്ങുന്നവനുടെ
കാൽക്കൽ മുള്ളുകളഞ്ഞുമ്മയായ്

പിളർത്തിപ്പരത്തുമോയെന്ന്
ഉള്ളിൻ കുടുസ്സുകളോട്.

എന്നെയൊന്നിറുത്തു തരുമോയെന്ന്,
ഇറുന്നുപോകാൻ ചങ്കുറപ്പില്ലാത്തവന്റെ
ചെമ്പരത്തിപ്പൂം ഹൃദയത്തോട്...

രാവിലെ, നീയാം പൂവിലും കാണുന്നു
രക്തസമ്മർദ്ദത്തിന്റെ നിറകുടം
തുളുമ്പാതിങ്ങനെ വിതുമ്പുന്നത്. ■

മൂർച്ചകൾ

അടുക്കളയിൽ പല മൂർച്ചകൾ
വെണ്ടയ്ക്കയോടും പാവയ്ക്കയോടും
കൃത്യത്തിൽ വൃത്തത്തിൽ
അരിഞ്ഞവസാനിപ്പിച്ച ഉച്ചയൂണല്പം
തെറ്റിക്കൊണ്ട ചുമ നിൽക്കുമ്പോൾ,
വേട്ടനായ് പോലു, റക്കം നാവ്
തേച്ചു മിനുക്കി ഒറ്റക്കടിക്ക്
നമ്മെ ഉച്ചയുറക്കത്തിലിടുമ്പോൾ
പിന്നെയും ചുമ്മാതിരിപ്പിന്റെ
മുഷിപ്പാണ് മൂർച്ചകൾക്ക്.
പച്ചപ്പാവയ്ക്കാക്കറ തികട്ടി
തിരിച്ചിറക്കി കയ്ച്ചിരിപ്പല്ലേ,
മെച്ചത്തിൽ ചൂടോടെ കിട്ടാവുന്ന
ജൈവ രക്തത്തിള മണം കൊതിച്ച്,
ഒന്നു വെട്ടണം, കുനുകുനാന്നരിയണം,
എന്നങ്ങിനെ കൊ(ല)തിവിളിയക്ഷമം.
ഭയമാണുൾ ബോധനിലാവത്ത്
ഒറ്റയ്ക്കുറക്കത്തിന്നണുവണുവിൽ
പ്രേതമുൾപ്പെട്ട ചിന്തയാണെങ്കിലും
വെട്ടിപ്പെറുക്കാതെ ചുമ്മാതിരിപ്പിന്റെ
ബോറടി തീർക്കാനാ മൂർച്ചകൾ

അടുക്കള ചാടിക്കടന്നിങ്ങു വന്നാലോ,
കിടപ്പുമുറിക്കതക് നന്നായടഞ്ഞോ
ഉറപ്പു വരുത്തി വരുത്തിയിന്നത്തെ
ഉറക്കം പാതിയിൽ മുറിഞ്ഞു വീഴുന്നു. ■

സ്ത്രീപക്ഷകവിത

മുഷ്ടിയിൽ ചുരുട്ടിപ്പൊക്കും
കെട്ടു നിവർത്തി നോക്കുന്നു.
ഒഴുക്കുകാലം തടുത്ത
കൈക്കലക്കീറത്തുണിയിൽ
മുറയ്ക്കുള്ളോരോർമ്മ മണം.

പൂവിതു പൂവല്ല, പാത്ത്
നീ കുഴിച്ചിട്ട ചെന്തുണി
പിന്നെയുമെത്തി നോക്കുന്നേ,
ഇറ്റിറ്റതിൽ പല്ലിറുമ്മും
തേനത് തേനല്ല നീറ്റം.

പെൺതരി തീപ്പൊരിച്ചെത്തം
കിരിഞ്ഞിരിക്കും വസന്തം
അതു താനല്ലയോ ഇത്,
മാസാമാസച്ചുവപ്പാഴം.

ഇടുക്കിലും മടക്കിലും
നടുങ്ങുമമ്മേ, ലാവക്ക-
ണ്ണൂറ്റടക്കിപ്പൊത്തി നീയാം
സ്ത്രീപക്ഷ കവിതയിത്
പൂവിതു, പൂവല്ല വേവ്. ■

തൊങ്കരിക്കും പക്ഷി

എറെയന്വേഷിച്ചു, [1]തൊങ്കരിക്കും പക്ഷി
എതാണീയേകാന്ത ഭൂമണ്ഡലത്തിലും.
'ഏതിളം'പാലപൂത്തപോൽ പല്ലിളിക്കും
ചുള്ളിയെല്ലിൻ ശരീരം സ്വയംഭൂവോ.
അകത്തും പുറത്തും കൂടുമാറിച്ചിറ-
ഞ്ഞെത്തിനോക്കി തൊങ്കരിക്കാനെന്തെളുപ്പം.
വെട്ടമിട്ടു നോക്കിയാലെങ്ങുമില്ലല്ലോ
പൊട്ടുപോലും പൊടിപ്പുപോലുംനിന്റെ.
പൊള്ളിവീഴും നിലാവിലെഗ്ഗുഞ്ചിറ-
ച്ചാറ്റലിൽപോലും കൂടുകൂട്ടുന്നവൾ.
കട്ടവേവിച്ചെടുക്കും കണ്ടത്തിലൂടെ
ഒറ്റയ്ക്കൊന്നിറങ്ങിയാലപ്പോൾ തുടങ്ങും.
മണ്ണു ചുമ്മാൻ പോകുന്ന പെണ്ണുങ്ങടെ
മുന്നിലിട്ടും കണക്കറ്റു തൊങ്കരിക്കൽ.
വെള്ളിനന്ദനെപ്പോലുള്ള വെയ്‌ലത്തു നി-
ന്നാഴത്തിൽ ചാടുമ്പോളാറ്റിൻ കരയ്ക്കും,
പൂമീൻ ശ്വസിക്കും കനാൽപിളർപ്പിലും
തീപ്പിടിത്തം വിടീയ്ക്കും വിളക്കോരത്തും
മരം വീണു കെട്ടിപ്പിടിക്കും തുലാമഴ-
ച്ചേറ്റിലും, കാൽ മടുക്കും വരമ്പത്തും.
എങ്ങനിപ്പക്ഷിയെന്നെ കൊളുത്തുന്നു,
എങ്ങിനെൻ ഗന്ധം പിടിച്ചെടുത്തെത്തുന്നു.
വട്ടേലക്കുമ്പിളിൽ കരിമ്പുചാറും കൊ-
ണ്ടുച്ചയും സന്ധ്യയും നക്കിത്തുടയ്ക്കവേ,

ആടിത്തുടങ്ങും വരമ്പിന്റെ തോളത്തും
പൊള്ളൽ കുരുക്കും ചാരിന്നുരത്തിലും
തൊങ്കരിച്ചോണ്ടിരിക്കുന്നപക്ഷീ,
നീയെനിക്കുള്ളിലിരിക്കുന്ന പോലവേ.
ചെറ്റു നേരത്തേ പുറപ്പെട്ടതിന്നാൽ ട്രെയിൻ
നിർത്തി നിർത്തിയീ കോട്ടയത്തെത്തുമ്പോൾ,
കണ്ണീർരസം കുടിക്കുന്നു, ച്ഛയാകുന്നു.
കൃത്യം പൊതിയഴിച്ചുണ്ടു തുടങ്ങുന്നു,
'രക്ഷപ്പെട്ടല്ലോ' എന്നൊരുരുളയീ
തൊണ്ടയ്ക്കുടക്കുന്നു, നീ ചിലയ്ക്കുന്നു.
ബോഗി തുള്ളുന്നു, കൊളുത്തുകൾക്കുള്ളിൽ
കൂടെയുണ്ട്, തൊങ്കരിക്കുന്നതേ പക്ഷി!
ഇടയ്ക്കുള്ള ബർത്തിൽ പുരണ്ടുറങ്ങുമ്പോൾ,
നടുക്കും തിരക്കിൽ കിനിഞ്ഞു വീഴുമ്പോൾ
നഭസ്സിൻചൊടിയിൽ ചുരുട്ടു കത്തുമ്പോൾ
സർവ്വനക്ഷത്രങ്ങളും പൊടിഞ്ഞു വീഴുമ്പോൾ,
ഇതിൻ വർഗ്ഗവർഗ്ഗക്കൊക്കെടുപ്പുകൾ
കൊണ്ടെഴുന്നെള്ളുന്നു ഞാനങ്ങനെയിങ്ങനെ. ■

---

1. തൊങ്കരിക്കൽ - കളിയാക്കൽ

ഓഡിയോമെട്രി

രാത്രിയിത് കൊട്ടിയടച്ച ലാബുമുറി
ഇടവപ്പാതി പനിച്ചു നുണഞ്ഞ്
എനിക്കിനി ഓഡിയോമെട്രി.[1]

കേൾക്കുന്നുണ്ടോയെന്ന്
മിന്നലിൻ കൊങ്കീരുമ്പു വീശി
പ്രപഞ്ചത്തിലടിച്ച്
കരിഞ്ചുരീദാറുകാരി ചന്ദ്രിക.

ആരുടെ ചുവന്ന ശബ്ദപ്പൊട്ട്
നനഞ്ഞൊലിച്ചത് കേട്ടോയെന്ന്
രാത്രിയിൽ ലിപ്സ്റ്റിക്കിടുന്ന ജാലകം.

ഇരുചേരികൾ തമ്മിൽ
നിരന്നു നിന്നു നിറയൊഴിച്ചപ്പോൾ കിട്ടിയ
നിലവിളിയിൽ ഗുരുവുണ്ടോ
ലഘുവുണ്ടോയെന്ന്
വൃത്തം തിരിച്ചു നോക്കുയെന്ന്..

കേട്ടു.
കേട്ടു.

തോടും വഴിയും പിണഞ്ഞ്
വേരിൽ തട്ടിയ ശബ്ദം കേട്ടു.

വെറുതേയിരുന്നലക്ഷ്യമായി
നീയിട്ട ഞൊട്ടയും, നിന്റെ
നെഞ്ചിടിപ്പിന്റെ മാറ്റിപ്പിടിക്കലും.

ഒരു ജീവിതം പുഴുങ്ങാനുള്ളത്ര ചൂട്
നെറ്റിക്കിരുന്നു കൈവെള്ള പൊള്ളിക്കുമ്പോൾ
ഊരിപ്പിടിച്ച മൂർച്ചയിലാകാശത്ത്
വെട്ടൊന്ന്, മുറി രണ്ടെന്നു
ഒറ്റ നിർഘാതമിടിഞ്ഞു വീണതും കേട്ടു.

ശലഭം തനിക്കുള്ള ചിറക്
കുടഞ്ഞെടുക്കുന്നതും,
താഴമ്പൂപ്പന്തമൂതിപ്പിടിച്ച് വയൽ
പഴയകാലത്തെ പേരെടുത്തു വിളിക്കുന്നതും,
വരമ്പത്തു കോളുകൊള്ളും മഴയുടെ
പെയ്ത്തുവായ്ത്താരിയും,
പോർ നിലം ചോരയുണ്ട്
കുലുക്കുഴിയും സ്വരവും,
ശ്രവണപരിധിക്കുള്ളിൽ കേട്ടു.

വായിൽ നിന്ന് കുതറിപ്പാഞ്ഞ
ഇരയ്ക്കു പിന്നാലെ
തട്ടുമ്പുറം പടയൊരുക്കുന്നതും,
ജീവനെടുപ്പിന്റെ കൊല വിളിയും കേട്ടു.
ഞരക്കത്തിൻ തലനാരിഴ കീറി
കാടഴിച്ചിട്ട ശബ്ദക്കിളുന്തും,
പൊങ്ങാതിരുന്ന 'അരുതരുതി'ന്റെ
കൂട്ടത്തിൽ പാട്ടും.
ചോന്ന കൂമ്പു കൂർപ്പിച്ച്
ഓണത്തിനപ്പുറമിപ്പുറം
കൊലകൊണ്ട്
ഉരുളയ്ക്കുപ്പേരി
തെരുവ് മൊരിയിച്ചെടുക്കുന്നതും..

മഴക്കാറ് കതകാഞ്ഞടയ്ക്കുന്നതും
അതിൽപെട്ടൊരു വീട്
വഴി മുറിച്ചിട്ടു പിടയ്ക്കുന്നതും.
ഇലഞ്ഞി രണ്ടുപൂവടർത്തുന്നതും.
നിശ്വാസങ്ങൾ പുല്ലുരുമ്മുന്നതും.
പൊത്തി വച്ച തിള
തൂവി മലയ്ക്കുന്നതും...
സ്ഫടികം പോലുണ്ട് കേൾവി,
ആശ്ചര്യപ്പെട്ടിരിക്കുമ്പോൾ
അകത്തു നിന്നുൾപ്പൂവു വിളിക്കുന്നു
കയറിവാ, പനി കനക്കും മുമ്പ്.

പുതച്ചു മൂടി നിന്റെ നിശ്വാസ
പ്പതിന്മടങ്ങു ശബ്ദങ്ങളെ
നെഞ്ചു വിരിച്ചേറ്റു വാങ്ങുമ്പോൾ
കേട്ടു...
കേൾക്കാതെ പോയ സ്വരം കടുപ്പിച്ച്
ഭൂമിതൻ പുറം പണിക്കാർ
പുറത്തിരുന്നു പെയ്തും തോർന്നും
എണ്ണിയെണ്ണി കണക്കു ചോദിക്കുന്നതും..! ■

---

1. ഓഡിയോമെട്രി - മനുഷ്യന്റെ ശ്രവണക്ഷമത അളക്കാനുള്ള സ്വരപരീക്ഷ.

മടക്കം

മസ്കറ്റ് വീഴുന്നു[1]
വർണ്ണച്ചിലമ്പു പോൽ.
ആധിമാസക്കാ
റിടിച്ചു നിർത്തുന്നുള്ള്.

രാ വിമാനപ്പളുങ്കു
ജന്നൽ മുഖം നീ
കണ്ടുവോ റൂവീ?[2]
രാത്രിയെന്നാലും യാത്ര.

കാറുതട്ടിത്തരിപ്പണം
ജന്മമൊന്ന്
രക്തപുഷ്പം ചൂടി-
യൊപ്പം പറക്കുന്നു.[3]

ഹൂറിമാരാനയിക്കും
വിമാനവേധ
ത്തൂനിലാവെറിഞ്ഞിടു
ന്നെന്നെ മണ്ണിതിൽ.

ഊഷരക്കുന്നിടിച്ചു
തീയിൽ വേരാഴ്ന്ന
ദേഹം കൊതിക്കുന്നു-
ണ്ടിറ്റു, രക്തരക്ഷ.

രണ്ടു തുള്ളി പർഷ്യൻ-
ഗൾഫിന്റെ നീലച്ച
ഗദ്ഗദം പൊത്തിയീ
കടൽ ചാഞ്ഞിടുമ്പോൾ

എന്തുവേണം കുടിക്കുവാ-
നെന്നൊരോമൽ
ചോദ്യം നിവർത്തിയെൻ
താടിമേൽ കയ്യുകൾ.

വിസ്കിയോ, ബ്രാണ്ടിയോ?
നീ പൂക്കവേ, തരൂ
പച്ചവെള്ളം ചവ-
ച്ചിറക്കാനെന്നു ഞാൻ.

പൊട്ടിച്ചിരിച്ചപോൽ
വിമാനം പാളിയോ,
മസ്ക്കറ്റു താഴെക്കിടന്നും
ചിരിച്ചുവോ? ■

---

1. മസ്ക്കറ്റിൽ നിന്നുള്ള ഒരു മടക്ക യാത്ര
2. ഒമാനിലെ ഒരു നഗരം
3. ഈ വിമാനത്തിൽ ആരുടെയെങ്കിലും മൃതദേഹവും പറക്കുന്നുണ്ടാവുമല്ലോ എന്ന ഞെട്ടൽ.

സമയത്തെ തൊടുമ്പോൾ

സമയത്തിന്റെ ഒരുതുള്ളിയെ
ചൂടോടെ വിരലാൽ തൊടുന്നു,
വീണ ഒരിലയോർമ്മയാണ് സമയം,
മറിഞ്ഞ ഒരു നിൽപ്പിന്റെ വടുവ്
പച്ചകുത്തിയ മണ്ണാണ് സമയം,
വിറകിനുള്ളിൽ കുടുങ്ങിയ പച്ച
ആദിമദ്ധ്യാന്തം തിരക്കി തീ പറ്റി
ഉരുകിയൂറുമൊരല്പം കറയാണ്.
ഇനിയീ പാതയിൽ പേരിനുപോലും
കിളിർക്കില്ലെന്ന പൊട്ടിത്തെറി,
വെട്ടിത്തിളയ്ക്കും ഞരമ്പിൻ മേലെ
രാത്രിതൻ പൂപ്പെരുക്കം,
എല്ലാമലിഞ്ഞിട്ടും കല്ലുകടിക്കുംപോൽ
തുടലിൽ കിടന്ന ദേഹമില്ലാത്ത കുര,
കാലുപേക്ഷിച്ചു പോയ കൂട്ടയോട്ടം,
ഇത്ര തൂവലുകൾ ഒത്തുപിടിച്ചിട്ടും
പറക്കമുറ്റാത്ത മൂത്ത മരങ്ങൾ,
ഉല്പത്തി ഗന്ധം വമിക്കും വിയത്
പൂക്കളാണ്, കാര്യമായെന്തോ ധ്വനിക്കും
പുലരാണ്, നേരന്തിയാണ്.
ദണ്ണം പളുങ്കുരുട്ടും അറവുകാളക്കണ്ണ്,
നിന്നിട്ടും ശൂന്യത തുള്ളൽ തുടരും
തോന്നൽ, വീട്ടിലൊരാൾ കുറവെന്ന
ഉൾതീ കുത്തിക്കെടുത്താൻ വിഫലശ്രമം,

കഴുത്തിൽ കൊളുത്തിയ ടാഗിൽ
കിതപ്പുരച്ചിട്ടിട്ടു പോയ എരിച്ചിൽ ഗന്ധം,
അടുക്കാനാകാത്ത ചുടലജ്ജ്വാലയിൽ
ഇടത്താവളങ്ങളിൽ കണ്ട മുഖങ്ങളാണ്,
നാലുപാടും കൈകാലിട്ടടിക്കും
ആധിയാണ് സമയം, ചില നേരം
വെളുപ്പുടുത്ത സൂഫിയാണ് സമയം,
ഒരുതുള്ളി ഞാലും ചില്ലയാണ്,
ഒരു വീഴ്ച പുതഞ്ഞ ഇരുട്ടാണ്,
അല്പം മയമുള്ള സ്വരമാണ്,
വെട്ടുപാടിൽ ചിരിപുരട്ടി നിൽക്കും
മരപ്രഭുത്വമാണ്, അഴലാണ്, പൊള്ളലാണ്,
മിണ്ടാപ്രണയമാണ് സമയം... ■

എണ്ണക്കടം

തന്നെത്താൻ തിരിയായി നീട്ടിയെരിയും
തൽപ്പത്തിലിജ്ജീവിതം
ദീർഘിപ്പിക്കുവതെത്ര നേരമിനി,
വീടുന്നില്ല എണ്ണക്കടം.
മൊത്തത്തിൽ ഇഴപിഞ്ഞി, ജീവനുരിയും
വസ്ത്രത്തിനുണ്ടാഗ്രഹം
പെട്ടെന്നൊന്നെരിയാൻ, ഒടുക്കുക പരൻ
നീയെന്നെണ്ണപ്പറ്റുകൾ.
നിർത്തിപ്പോം, മരുഭൂമിവാസ വിസ
വെട്ടി ക്യൂവിലിപ്പാഴ്പ്പിഴ-
ക്കാശേറ്റും തൊഴിലാളിയാളുമിട
നെഞ്ചത്തെത്തിളയ്ക്കും സമം.
പറ്റിൽചേർത്ത മികച്ച ഉമ്മകളൊടുക്കം
എത്തിടും വീടുവാൻ
ഒന്നിച്ചെൻ പ്രണയാന്ധസിന്ധുവി-
ലൊഴുക്കും സ്നേഹകത്തീമണം.
മറ്റൊന്നായി പുലരെന്ന വെട്ടമെഴുതും
മുറ്റത്തിറങ്ങിക്കിട-
ന്നീ കാക്കൽ, കടുകോളവും വിടരു-
തൊറ്റക്കടം പോലുമേ.
വസ്തുക്കൾ വിസരിക്കവേ, മൃതിമണം
പേറുന്ന ഭൂമണ്ഡലം

ശ്വാസത്തെ കിളിയുമ്മ ചേറി
പുതുമണ്ണിൽ നട്ടുവയ്ക്കും ധൃതി,
ആ,രെങ്ങിന്നു മറഞ്ഞിടും, ഇവിടെയാ-
ണീരേഴു ലോകങ്ങളും.
എണ്ണക്കക്കനുറഞ്ഞു കല്ലിനു സമം,
ധ്യാനിച്ച ദേവർകുലം.
കണ്ടില്ലേ, എരിതീയിലേറെയിവ-
നോതിക്കോരി, യെണ്ണക്കുടം?
നൃത്തത്തിൽ തുടരും തലയ്ക്കലെ തിരി-
ക്കല്പം കനത്തിൽ കനൽ-
ച്ചന്തംചാർത്തി കിടത്തുകെന്ന-
തിനിയും കഷ്ടം തിരിച്ചില്ലിനി,
തീതീറ്റക്കളിയിൽ, കുറച്ചെഴുതി തള്ളൂ,
വീടുകില്ലിക്കടം.
മൊത്തത്തിൽ അടവായതില്ല, ഭവന
വായ്പാഭാരമുഗ്രം കടം.
എന്നിട്ടും മരണം വരച്ചവരയിൽ
ദാ, വന്നു നിന്നേയിവൻ
കഷ്ടിച്ചുള്ള നുറുങ്ങു ഭൂമി-
യുഴുതിട്ടിട്ടുണ്ട്, നാനാലത-
ക്കൈക്കുള്ളിൽ മൃദു നാള നാമ്പു
നനയിച്ചും, വെട്ടമിട്ടും വരും
നാളെണ്ണക്കടവും തിരിച്ചു തരുമേ.
എണ്ണയ്ക്കുവേണ്ടിത്തിരു
മുറ്റത്തെൻ ജഡമേറെ നേരമരുതേ
നീട്ടിക്കിടത്താതിനി.
മെയ്യെണ്ണയ്ക്ക് ചിതാഗ്നിയൂതി-
യെരിയിക്കാനാവുമേതേതു വൻ

നേർച്ചയ്ക്കും ഉയരത്തിലീ ചിതവിള-
ക്കല്ലേ, യതിൻ മേലിനി
മറ്റെന്തുണ്ടടയാക്കടം? തരിക
വേഗം നീ, ചിതജ്ജ്വാലയും. ■

---

1. മരണശേഷം, കൊച്ചു കൊച്ചു കാരണങ്ങളാൽ ജഡം സംസ്കരിക്കാൻ താമസം വരുന്ന സാഹചര്യത്തെ ചില പുരാതന വിശ്വാസങ്ങളുമായി ബന്ധിപ്പിച്ചു കാണാറുണ്ട്. ജീവിതത്തിന്റെ വിവിധ സമയങ്ങളിൽ ഈശ്വരന് ദീപമായ് അർച്ചിക്കാതിരുന്ന എണ്ണ, കടമായി നിൽക്കുന്നുണ്ടെന്നും മരണാനന്തരം അത്തരം എണ്ണക്കടങ്ങൾ മൃതദേഹത്തിന് കത്തിച്ച് വയ്ക്കുന്ന വിളക്കിൽ അർച്ചിക്കപ്പെടണമെന്നും അത് തീരും വരെ ദേഹം പഞ്ചഭൂതങ്ങളിൽ വിലയിക്കുന്നത് തടസ്സപ്പെടുമെന്നുമാണ് ആ മിത്ത്.

പച്ചയുരുള

ഈ കായ്ച്ച പേരമരത്തിലെ
പച്ച ഗ്രഹങ്ങളിൽ ഭൂമിയുണ്ടോ?
നെടുകെ പൂളിയാൽ ചോപ്പുലാവ
മധുരം പുലർത്തി കട്ടപിടി
ച്ചോർമ്മകൾ വിത്തായ് പൂഴ്ത്തി
ഒരുമ്മ തരൂയെന്ന്, കൂറ്റൻ കിളി
കൊത്തും മുന്പായുന്നുണ്ടോ.

കമ്പപ്പൂങ്കുല കത്തിച്ചുപിടിച്ചി
ക്കമുകുയരങ്ങളിലിരുന്നുരുട്ടും
പച്ചപ്പാക്കുരുളകളിലേതിലെങ്കി
ലുമിവ്വിധം ഒരു പ്രഭാതം കൂടി?

കീഴാർനെല്ലിച്ചായ്‌വിലുരുളും
ഒറ്റനുള്ളു വൃത്തകവിതയിൽ,
ഒരുപടികൂടിക്കയറി നിന്നെന്നെ
കുനുകുനെ 'പച്ചിച്ചു'തള്ളും
പായലേറ്റങ്ങളിൽ, വക്കുരുട്ടി
കാറ്റു കീറിപ്പോകാതെ സൂക്ഷിച്ച്
ഉൾക്കടലിനു കൈമാറി നിൽക്കും
വട്ട മരങ്ങളിലെ ചുറ്റുകളിൽ
ഒരു ഭൂമികൂടിയുണ്ടോ?

ഉരുട്ടി മതിവരാത്ത കൈയ്യക്ഷര-
ക്കരുത്തുമായ് ചെടി പൂവിടും

പുഷ്പയൂഥത്തിലൊരു വണ്ടെങ്കിലും
ഭൗമനൃത്തം നടത്തുന്നുണ്ടോ.

നീയുരുട്ടി നീട്ടുമീ നവധാന്യ
പച്ചയുരുളയിൽ പുനരുജ്ജ്വലിക്കാൻ
മതിയായ മാത്രയിൽ
കനലെഴുന്നുണ്ടോ? ■

പിടിച്ചിട്ട മെമുവിൽ

പിടിച്ചിട്ട് പിടിച്ചിട്ട്
എറണാകുളമാകാത്ത മെമുവിൽ[1]
കണ്ടു സന്ധ്യയെ ചോരക്കണ്ണിയായ്.

നിർത്തിപ്പോയാലോ യാത്ര,
തിരുവല്ല നിവരുന്നു പതിയെ,
ഒറ്റച്ചാട്ടത്തിനു ചെല്ലാം പെങ്ങളുണ്ടവൾ
ഒന്നുരണ്ടു വളവു തിരിവിനപ്പുറം.
വിലക്കി, മെമു മുന്നോട്ടാഞ്ഞു.

കല്ലുരുക്കിച്ചാറിൽ ചിന്ത പൊടിച്ചിട്ട്
ഒന്നുരണ്ടു വീത്ത്, പൊടിഞ്ഞുപോം
കല്ലുകൾ നക്ഷത്രങ്ങളായ്
തെളിഞ്ഞു മുളന്തുരുത്തിക്കു മേലെ.
ഇറ്റിറ്റു മൂകപ്രപഞ്ചം വീണ്ടും തുറന്നു.

പിന്നെയും, കണ്ടൂ പനിക്കോൾ,
കാറ്റിനു നീരു വച്ചും, കരളുന്തിത്തള്ളി
എത്രപേർക്ക് വീതിച്ചു, ഉണ്ടോ കരൾ പാതി?
തരുവിൻ നമുക്ക് ടൗൺ വിതുമ്പി.

കൊല്ലത്തു നിന്നു താങ്ങിത്തൂങ്ങിപ്പോന്നു,
കണ്ടൂ കൊച്ചിയെത്താറാവും നേരം
എന്താ തട്ടും മുട്ടും മെമുവിന്,
വേഗ പ്രയാണം, ഇത്ര വേഗം വേണോ.

നിന്നു പോ നിന്നു പോ
ഞാനിപ്പോഴെന്റെ മനസ്സു വീണ്ടും മാറ്റുന്നു.
എന്നാലീ കിനാവള്ളി പോൽ
പിണയും പാളം കണ്ടാൽ പേടി മാത്രം ബാക്കി.
മെമുവേ, നീയും നിന്റെ മനസ്സു മാറ്റുന്നു.
എറണാകുളത്തെ ദൂരേന്നെടുത്ത്
തട്ടു തട്ടായ് പണിഞ്ഞ്
മുന്നിലേയ്ക്ക് നീക്കിയിട്ടു തരുന്നു.
ഇതിനെ ഞാനെങ്ങനെ തിരികെ
നീക്കിത്തള്ളും, അത്താഴത്തെയെങ്ങിനെ
നീക്കിത്തള്ളും. ■

---

1. മെമു കൊല്ലം, എറണാകുളം പാസഞ്ചർ

സ്മാരകമാകണം

ഉൾകൊടുങ്കാടെല്ലാം പറിച്ചെറിഞ്ഞ്
കിളികളെ നടണം, കൊടുക്കണം
വാക്കോരോന്നിലും സംഗീതം.
അയൽ വഴികളിൽ വെളിച്ചപ്പെടും
വസന്തസ്ഫുലിംഗമാകുവാൻ
അതിരോരോന്നിലും മരങ്ങളും.

കുടകപ്പാലപ്പൂവു പോലെ
സൂര്യനല്പം തണുക്കണം,
'ബ്രൂട്ടു'ചീറ്റിയ നഗരവാസന
മൂക്കിൽ ഏരകപ്പുല്ലുഴിഞ്ഞ്
തുമ്മിക്കളയണം.

നീയായ് ഒഴുക്കു ചുറ്റിവരിയും
'മദ'ഞ്ചെരിവുകളിൽ വീണ്
കടുകു പാടമായ് പൂക്കണം.
പ്രണയിച്ച കുറ്റത്തിനിനി
ചിതയോരോന്നിലും വീണ്
രുചി പൊട്ടിച്ചൊടുങ്ങിയാലും.

നീ തരും
തടവുശിക്ഷാ മുറിക്കൊരല്പം
ഉയരമെങ്കിലും കൂട്ടിയേക്കണം,
മുഷ്ടി ചുരുട്ടിപ്പൊങ്ങുമീ
കൈ നട്ടു വയ്ക്കുവാൻ മാത്രം.

സ്മാരകമാകുമത്
ഇരിപ്പുറയ്ക്കായ്മയുടെ.
കൈവിട്ട കൈകളിലൊക്കെയത്
ചോരയുമൊഴുക്കിക്കൊടുത്തേയ്ക്കാം.
വേരോടുകൂടി ഒരുപിടി
മണ്ണിങ്ങു തരണം, എനിക്കെന്നെ
കുഴിച്ചു മൂടാനെങ്കിലും, പകരം
പൂവിടാതിരിക്കില്ല ഞാൻ, നിനക്കായ്
ഉപകാരസ്മരണയെന്നാലും. ■

വിരൂപദർശനം

ഒരു ചെടി തന്റെ
വായിൽ വന്ന പൂവ്
തുപ്പിക്കളഞ്ഞു.
ബാക്കിയുണ്ടായിരുന്ന
പഴവും വിത്തും കുലുക്കി
നിലത്തടിച്ചു മറ്റു ചെടികൾക്ക്
ജന്മം കൊടുത്തു.

ഞാൻ വരുന്നില്ല
എന്നുറച്ചു നിന്ന പാളത്തിനെ
ചവുട്ടിത്തള്ളി
ബോഗികൾ പാഞ്ഞു പോയി.

മുക്കാൽ പങ്കും
കത്തിത്തീർന്നിട്ടും
സൂര്യൻ രാവിലെതന്നെ
കോട്ടുവാക്കാറ്റിട്ടെണീറ്റുനിന്നു.
ഏതൊരു പൊള്ളച്ചെള്ളയ്ക്ക്
വിങ്ങിപ്പഴുത്തു നിൽക്കും
കുരുവോദയം പോലെ.

കണ്ടാലറിയാവുന്ന
ആരെയെങ്കിലുമൊക്കെ
വെടിവച്ചിടാനൊരാൾ
ഇന്ദ്രിയത്തോക്ക് കുത്തിനിറച്ച്,

കിട്ടിയതുമെടുത്തു കൊണ്ടോടാൻ
ഉത്തരവിട്ടു പാഞ്ഞു.

കടകളുടെ അടപ്പു തുറന്ന്
ഗ്യാസരുവി മൊത്തിക്കുടിച്ച്
കവാത്ത് തുടർന്ന് പകൽ
രാത്രിക്കുള്ള ഇരകളെ കൊത്തി.

ഒട്ടും സുഖമില്ലാത്ത
മൽ പ്രഭാതത്തിൽ
അനങ്ങുമീ പെയിന്റിങ്ങിൽ
ആസിഡു തൂവിപ്പടർത്തി
എല്ലാം വിരൂപമായി പോൽ. ■

ഇപ്പോൾ പോയ വണ്ടിയിൽ എന്റെ വെളിച്ചം

ഇപ്പോൾ പോയ വണ്ടിയുടെ
ജന്നലഴിയിൽ എന്റെ വെളിച്ചം.
തൂവും സൈറൺ നിറഞ്ഞ്
പലയാവർത്തി വെന്തന്തഃകരണം.
ഇവിടേന്നിറുന്നവിടേയ്ക്കു വീഴും
വീഴ്ചയിൽ എന്റെ ശ്വാസം.
കയറാനൊത്തില്ലെങ്കിലും
അറിയാതെ കയറിക്കൂടിയ
ഉൾതരിപ്പ് നിന്റെ കൈവീശലിൽ.
നേരംതെറ്റി വന്നിരുന്നവർ
നേരം കൊന്നുതള്ളും ചിരിയിൽ
ഒന്നുമുങ്ങികുളിച്ചുയർന്ന്
വെറും കയ്യോടെ മടങ്ങുന്നേരം
ഇതിരിക്കട്ടെയെന്ന് നിന്റെയോർമ്മ.
ഘട്ടംഘട്ടമായി നീ പോകും പോലെ,
കാടും കുന്നുമായിവൻ
കൈവരിച്ച മൃഗീയത
ഇറുന്നു ഞാൻ മാത്രമാം
പാതിരാവിൻ കത്തുന്ന മറുകാം
ജീവനുള്ള ചിതമേൽ തലോടി.
രക്തപ്രദക്ഷിണ പാതാപടലത്തിൽ
തങ്ങിനിന്നു ജീവതാണ്ഡവം,

എടുക്കാതെ പോയല്ലോ
നീയെന്നോർമ്മകൾ
ഭൂരിഭാഗം അതിന്മേലുള്ളനക്കം.
അതിനുള്ള നന്ദിപ്രകാശനം
വരും പ്രഭാത, മുണർച്ചകൾ.
കൊടുക്കാൻ വച്ചിരുന്ന ഉമ്മകൾ
കോഴിപ്പാലം[1] കടന്നപ്പോൾ
മൃതനദി കാറ്റിലോർമ്മിപ്പിച്ചു,
ഇപ്പാതിരാവിലിതോർത്ത്
നീയെന്നിൽതന്നെയുറങ്ങുമല്ലോ,
നാളെപ്പിന്നെ പുലരാവും,
പൂക്കുട്ടകളുമായ് നാടെഴുന്നള്ളും.
മറക്കണേൽ,
എന്നെയൽപ്പം മറക്കുകയുമാവാം.
മുഖം പിടിച്ചുയർത്തുമ്പോൾ
പോരുവഴിക്കണ്ണിലൂടെ നാം
പടയോടിച്ചതിൻ ശേഷിപ്പുകൾ.
പിന്നീടെപ്പോഴെങ്കിലും
നമുക്കിരിക്കണം രണ്ടശോകരായ്.
മരിച്ചാലും പിടിതരില്ലീ കലിംഗം,
കൂട്ടിയിട്ട സ്വപ്ന നക്ഷത്രങ്ങളിൽ
ഉയിരുള്ളവയ്ക്കായ് യുദ്ധസമാപ്തി.
ഇപ്പോൾ നീ പോവുക, നിന്റെ
പ്രപഞ്ചം ത്വരിക്കും കവിൾ
എന്റെ കൈക്കുടന്നയിൽ.
എങ്ങും നിൽക്കാതെയി പോക്ക്
അതു ചോർന്നു പോകാതിരിക്കുവാൻ.
'ഇന്നും കുടിച്ചിട്ടുണ്ടോ?',
കൊഴുത്ത വാക്കിൽ കൈയിട്ട്
തിരിച്ചോടും കുടിൽ പോലെ
നീണ്ടു നിവർന്ന കരച്ചിലാം
ചരക്കുവണ്ടി, തലവെച്ചാലോയെന്ന്

ചെങ്ങന്നൂരായുമ്പോൾ, കണ്ണുപൊത്തി
നിന്നെ ധ്യാനിച്ച നിമിഷം,
ആരൊരാളും പരുക്കേറ്റു വീഴാതെ
ഇച്ചെറു ലവൽക്രോസും കടന്നു.
പ്രഭാതം എന്നൊരോങ്ങൽ
പക്ഷിയായ് വീശും വരെ,
മറ്റു കടുംകൈകുറ്റപ്പാടുകൾ
കട്ടിലിൽ കെട്ടിയിട്ടുറങ്ങുന്നു.
നീയാം പ്രകാശ ബിന്ദുക്കൾ
ട്രെയിനോടിച്ചു പോരും ശാഖകളിൽ
എന്റെ കണ്ണുവന്നിരിക്കും പ്രഭാതം,
നാമൊന്നിച്ചേ മതിയാവൂ,
ഇരുട്ടായല്ലെങ്കിൽ, വെട്ടമായെങ്കിലും... ■

---

1. പത്തനംതിട്ടയിലെ കോഴിപ്പാലം എന്ന സ്ഥലം

കൃഷ്ണാഭിമുഖ്യം

ഗ്യാസിന്റെ ബർണ്ണറിൽ കൃഷ്ണനീലം.
പാൽകുക്കറൂതുന്നു പുല്ലാങ്കുഴൽ.
കൈക്കിലത്തുമ്പിൽ പറ്റി നിൽക്കുന്നു
അദ്ദേഹച്ചൂടുള്ള പീതജ്വാല.

നൃത്തത്തിലുള്ളതാം വെട്ടിത്തിള-
യ്ക്കുള്ളിൽ വിരൽ തൊടും പോലൊരായം.
ജീവൻ തുളുമ്പുമീ ഒച്ചമര-
ക്കൊമ്പിൽ പുരണ്ടപോൽ കൃഷ്ണകായം.

നെഞ്ചത്തുരൽ പാഞ്ഞ പാടുണ്ടത്
തൊട്ടറിയാവുന്ന ഭാഷ, ലിപി.
വീണ നീർമരുതിലക്കൂപ്പുകൈ
നീർത്തുന്നതിലാകെ ജൈവാവബോധം.

നേർച്ചപോൽ പെയ്യും മഴയത്തു നി-
ന്നുള്ളിൽ പതിക്കും തുള്ളിയാ കണ്ണ്.
ഒറ്റയ്ക്കിരിപ്പിന്റെ പിൻവാതിൽ
മുട്ടുമിപ്പക്ഷിയിൽ പീലിപ്പകർപ്പ്.

കൈവിട്ടൊരമ്പിൻ മുനത്തുമ്പിലും
നീലച്ച പാദം, നിറനീർമിഴി.
പായിച്ച വാക്കിന്റെ തേർതട്ടിലും
ഗീതാഭിമുഖ്യനാമൊറ്റയ്ക്കൊരാൾ. ■

യന്ത്രപ്പാടുകൾ മാത്രം

പൂവുരച്ചു കത്തിച്ചു
കുരവയിട്ടു ചെമ്പരത്തി.

തൈ മതിൽ ചിലങ്കചൂടി
വട്ടമിട്ടു നമ്മളെ.

നെറ്റിപൊട്ടിയ ഭൂമിയിൽ
തുന്നലിട്ടു കറുകകൾ.

പച്ചമുറിവു കത്തുമീ
ഒച്ചയും (സു)ഗന്ധവും
കെട്ടടങ്ങുമന്തിയിൽ
ഉത്സവം കൂടുവാൻ
നില്പു നീയെടുപ്പലുക്കുപോൽ.

അനച്ചകപ്പതാകയായ്
ഉപ്പനാ കൺകലക്കം
ഊതി നിന്ന ഗ്രാമ രാഷ്ട്ര-
വഴിയിലാകെ വിളക്കെടുത്തു
ചാവു തറകൾ.

നിവർന്നിടം കൊടുത്തു പാലം,
താഴ്ന്നു നിന്നു കീറ്റ് നദി.
ഇടയിലൂടൊരു കിളി
ക്കൂവലായി ചിന്തിയോർമ്മ.

നടുവേ കീറി നമ്മളെ
ചിലച്ചു പോയി പോർകിളി.
ക്രൂരമുഖി പൂവു നീ
അരുതരുത്, വിരിയരുത്.
നിൻ ചിരിക്കുടുക്കയിൽ
കിലുങ്ങുമെന്റെ നിലവിളി.

ന്യൂട്രലിൽ നിന്നകിളി
ഫേസിലേയ്ക്ക് കാലമർത്തി
ആത്മഹത്യാ കൊളുത്തലിൽ
വെന്തെരിഞ്ഞ സന്ധ്യയിൽ
പൊട്ടി വീണ സിരയിലെ
വൈദ്യുതിത്തിളക്കമശ്രു.

ഉച്ചിയിൽ മുഴുക്കെ നീ കമഴ്ത്തി
വൻകടൽ കലക്കവെള്ളം.
മച്ചുടഞ്ഞ കപ്പലും,
ദിക്കടഞ്ഞ തിരകളും
കൺകുടുക്കെടുത്തു വിട്ട്
തെന്നിമാറുമുറ്റവരും,
ചൂണ്ടയിൽ രക്തമിറ്റും
ഉഭയകക്ഷി ബന്ധവും,
അടിച്ചു വാരിക്കളഞ്ഞ വീടും
അടുപ്പു കൂട്ടിയെരിച്ച നാടും
അവനെത്തോപ്പി-
ച്ചെന്നെത്തോപ്പി-
ച്ചാരെത്തോപ്പി-
ച്ചെല്ലാം തോപ്പിച്ചോരോ
മാണ്ടു കിടപ്പും
ഏങ്ങൽ ചള്ളയും
എക്കൽ കുടവയറും,

മണ്ണും വിണ്ണും
കാടും കാടുകുലുക്കുമൊഴുക്കും
ഹൃദയം പൊട്ടും വിളിയും
ഉള്ളും പുറവും
പാറ്റിപ്പാറ്റി,
കിട്ടിയതെക്കാലത്തും നീ
ഉണ്ടതിൻ ശിഷ്ടം, പെരുവിരലസ്ഥി,

നീയെവിടെ, നിൻ കൈ മെയ്യെവിടേയെ
ന്നലമുറയിൽ താണു പറന്നു പതിക്കും
യന്ത്രപ്പാടുകൾ മാത്രം. ■

ഞെട്ടൽപ്പരീക്ഷ

വിട്ടുപോകില്ല ഞാൻ, കേൾക്കെൻ
വീണ്ടെടുക്കും വയൽവിളി.
ചാടു കേറാതൊളിപ്പിച്ച
വറ്റു പോലിക്കടുന്തുടി.

ചർമ്മപ്രപഞ്ചമാഴത്തിൽ
കൊണ്ടുക്കളഞ്ഞ പൂവിളി
പെട്ടെന്നൊരെത്തി നോട്ടം പോൽ
അയ്യമാകെ വിഷുക്കിളി.

ഖണ്ഡനങ്ങൾക്കിടയ്ക്കെന്റെ
മിണ്ടലാഴം കുറുക്കി നീ
വച്ചുവാർത്ത ദശാബ്ദത്തിൻ
വേവിതിൽ ജീവനോടുണ്ട്.

തള്ള്, പിന്തള്ള് മൂക്കറ്റം...
ഒറ്റപ്പെരുവിരൽമുകൾ
പുഷ്പിച്ചെരിഞ്ഞിരിപ്പുണ്ട്
കറ്റേതുമില്ലിതെൻ തിള.

വെട്ടൊന്നു, മുറി രണ്ടെന്ന
കുടമാറ്റ ഭയാരവം
പൂവിനു വാളുയർത്തുന്ന
[1]തർക്കോദയത്തിലായിടാം.

ഒന്നു മുങ്ങി നിവർന്നപ്പോൾ
മണ്ണു പാദാദികേശവും
മാറി നിന്നു ചിരിച്ചാലും
പ്രാണ, നില്ലടരില്ലിനി.

പിരിച്ചു നട്ട വാക്കെല്ലാം
ചോര കാറിപ്പിളർന്നിടാം
മറുത്തൊരക്ഷരത്തിന്റെ
കൊള്ളി വീശിക്കരിഞ്ഞിടാം.

എത്ര ഞെട്ടൽപ്പരീക്ഷയ്ക്കും
നിർത്തിയെന്നെ തകർത്തിടാം.
ഞാനൊടുക്കം, നിവർന്നാഞ്ഞു
ജീവനുണ്ടെന്നു ഞെട്ടുമേ... ■

---

1. 'അന്ത്യോദയം' എന്ന ആശയത്തിന് കാലികാവസ്ഥയിൽ കവി നൽകുന്ന പാഠഭേദം.

അച്ഛന്റെയും
'ഹൃദയം ഒരു ക്ഷേത്രം'

അച്ഛന്റെയും ഹൃദയം ഒരു ക്ഷേത്രം.
'കൽ പ്രതിഷ്ഠ' എന്നത് അപഖ്യാതി.
പ്രാണന്റെ വിഗ്രഹമാണ്, ചുവട്ടിലാരോ
മുറുക്കിത്തുപ്പിയ പോലെ, നനവുണ്ട്.
കാറിത്തുപ്പുമ്പോഴൊക്കെയത്
ചെമന്നു ചാറും.

എന്നും ഉത്സവമാണവിടെ.
കൊമ്പും കുഴലൂത്തും.
ആനയമ്പാരി, എഴുന്നള്ളത്ത്.
നിത്യേന ആറാട്ട്.
മത്സരക്കമ്പം.

രണ്ടുണ്ട് തീർത്ഥക്കുളങ്ങൾ,
നിറഞ്ഞേയിരിക്കും.
കവിഞ്ഞിട്ടില്ലെന്നു താളം ചവിട്ടും.
അതിലാരു തീവെട്ടി മുക്കിക്കെടുത്തി
ആവി പാറി,
തിമിര വഞ്ചിമര
ച്ചായ് വിലോളംവെട്ടും.

അച്ഛന്റെയും ഹൃദയം ഒരു ക്ഷേത്രം.
നെഞ്ചത്ത്

ചെവിചേർക്കുമ്പോഴെല്ലാം
പുല്ലാങ്കുഴൽ കേട്ടു.
കണ്ണനല്ലാതാര് അച്ഛൻ ചിരിച്ചു.
മിക്കവാദ്യങ്ങളും ഏറ്റുപിടിച്ചു.
ആളാരവം.
കമ്പത്തിനു മുമ്പെന്നെ
മാറ്റിക്കിടത്തും.
കിടക്കയിൽ കിടന്നച്ഛന്
കമ്പപ്പുരയാകും.
പൊട്ടിത്തെറിക്കും.
ക്ഷേത്രം ഉടഞ്ഞു പോയിട്ടില്ല,
പിറ്റേന്നുണരും, കുളിർക്കും.

കഴിഞ്ഞ രാത്രി.
അവിടത്തെ അവസാന ഉത്സവം.
വാദ്യമേളങ്ങളിൽ
ക്ഷേത്രം നിറഞ്ഞു.
അങ്ങോട്ടുള്ള വഴികളെല്ലാം
അച്ഛന്റെ ദേഹത്തെഴുന്നു.
ഉൾക്കമ്പം.

കൈവിട്ടു പൊട്ടി.
കൈകൾ പലദിക്കു പാഞ്ഞു.
തീർത്ഥക്കുളം കീഴ്മേൽ മറിഞ്ഞു.
കമ്പം നിലച്ചു.
ക്ഷേത്രം അടച്ചു.

മിടിപ്പെന്ന അവസാന നെരിപ്പ്
വെടിച്ചെന്നുറപ്പാക്കിയച്ഛന്
കണ്ണുള്ളിൽ
അസ്പന്ദമാക്കി.

ഉത്സവത്തീവെട്ടികൾക്കെല്ലാം
എണ്ണകൊരി തീയേറ്റിയോനച്ഛൻ,
ശേഷിച്ച കമ്പമാണച്ഛന്
ചിതയിൽ കിടന്നിനി പൊട്ടുവാൻ
വീർപ്പടക്കിക്കിടക്കയാണച്ഛൻ. ■

‘കാർ’വർണ്ണാ!

നിന്റെ ഇരട്ടക്കുഴലിൽ വായിച്ച രാഗം
തട്ടിയിട്ടെന്നെ, കടന്നു നീ പായുന്നേരം.
‘കാർ’വർണ്ണാ, കണ്ടോ കണ്ണാടിയിൽക്കൂടി
തപ്പിപ്പിടിച്ചെണീൽക്കും
ഞാനെന്നൊരുത്തനെ?
മുട്ടൻ റോട്ടിൽ കാട് കൈയ്യിട്ടുവാരും രാത്രി
കേട്ടു ഞാൻ നീ മീട്ടിയ ഹോണിൽ
പാഞ്ചജന്യത്തിന്നൊച്ച.

മറിഞ്ഞത് മരുതാം, കാണാം
‘ഗോലോക വൃന്ദാവനത്തിൽ’ വച്ച്,
നേരമില്ല
ഹൈവേയാം നീലക്കടമ്പു വഴിയേ
നഗരകാളിന്ദിക്കു ചാടുന്നു നീ
ഞാനെവിടെച്ചെന്നു നിന്റെ
നീലമയിൽ പാദരേണു കാണും,
പറ്റുമെങ്കിൽ പകരം ചോദിക്കാൻ,
ഒരമ്പുതിർക്കാൻ?

കേട്ടിരിക്കുന്നു
പിടിയോരോന്നിനു കല്ലവിൽ
കെട്ടിപ്പൊക്കി വീട്,
കെട്ടടുക്കളക്കിണ്ണത്തിൽ ചോറ്.
കേട്ടറിവ് മാത്രമുള്ള കറികൾ.

പിള്ളേളർക്കുടുതുണി,
ഭാര്യക്ക് മേത്ത് ഞാത്തുകൾ,
കുടിൽ പൊക്കി
മേടയായ് മാറ്റിക്കൊടുത്തത്ര വേണ്ട
കുചേലനോളം ബന്ധുത്വം.
'കാർ'വർണ്ണാ!
നീയിടിച്ചിട്ട്, തിന്നാതെപോയെനിക്ക്;

മറിഞ്ഞുരുളുമീ നാടനാപ്പിൾ
മകന് വീട്ടിൽ കൊണ്ടു
ക്കൊടുത്താൽ പോതും.

പിറ്റേന്ന് പത്രത്തിൽ
ബാക്കിവറ്റുവാർത്ത
വടിച്ചെറിയും കൂട്ടത്തിൽ
ഓർത്തിരിക്കണേ ഞാൻ വീണ
വഴിക്കൺ പുരികക്കൊടി
വളഞ്ഞു കുത്തുന്നുണ്ടാവും
കണ്ണീരുതേച്ച വിഷശര,മതിൽ
കണ്ണു ചിമ്മുന്നുണ്ടാവും.

മതി പ്രഭോ, ആളെ തീറ്റ
എന്നവൾ വളയിട്ട കൈയ്യാൽ
വാപൊത്തിയാലെങ്കിലും നീ
അഭിനവ 'കാർ'വർണ്ണാ നിർത്തണേ
നൂറിൽപോക്കിലാളെത്തീറ്റ. ■

യാത്രയിൽ

അയഞ്ഞു കിടന്ന വാച്ചിന്റെ
മോണ പിടിച്ചു നോക്കി,
ആറിയിരിക്കുന്നു നേരമിപ്പോൾ
പല്ലിളിക്കുന്നു തോവാളകൾ

ബസ്സൊന്നും പറയാനില്ലാതെ
ഊറിയൊലിക്കുമന്തി വരമ്പിൽ
ഓടിച്ചാടിപ്പോകുന്നു.

മാറിൽ തൂങ്ങു'മൈഡി'യിൽ
കമ്പനി കട്ടയക്ഷരത്തിൽ
എന്റെ പേരു കുറിക്കുന്നു.

പേരിനു ചുവടെയുള്ളത്
എന്റെ റോൾ നമ്പരും
രക്തഗ്രൂപ്പും
കുറെ നിശ്ശബ്ദതകളും. ■

എളേപ്പന്റെ കടയിൽ

ഒരു കെട്ടു വാർക്കക്കമ്പികൾ
മുഖമടച്ചു വീഴുന്നലാറം
കേട്ടെണീറ്റെളേപ്പന്റെ ചായക്കട.

തൊള്ള തുറന്നു ഷട്ടർ
മേലേക്കു തിളച്ചു പൊക്കി,
ആദ്യത്തെ അടിച്ചായ കുടി
ച്ചടിവേരു പൊട്ടിപ്പാഞ്ഞു
വെന്ത പുട്ടു പോലൊരു വണ്ടി.

കിളികളെ എറിഞ്ഞു പിടിക്കും
കളി തുടരുന്നു കെട്ടിടങ്ങൾ,
ഞാനുമുണ്ട് കൂടെയെന്നാഞ്ഞ്
കമ്പികളിൽ പിടിച്ചു കയറുന്നു
നവജാത കെട്ടിടക്കുഞ്ഞുങ്ങൾ.

തോളെല്ലു തകരും പ്രഭാതം
ചുമടടിച്ചു വീഴും പോലെ
കേട്ടൂ ഭൂമിക്കിട്ടു പൊട്ടിക്കും
പൈലടി നാദങ്ങളെങ്ങും.

ത്രസിച്ചു നില്കുമേതൊരു
ഹൃദയ വേരിൽ നീ തട്ടി
ത്തുളുമ്പിയ സ്വരതരംഗത്തിൽ

നൊമ്പരം വെള്ളി വീഴ്ത്തിയപോലിവൻ
പടിയിറങ്ങി നടക്കുന്നു.

'വച്ചിട്ടു പോ, ഞാൻ തന്ന
ചോറും, കിടപ്പിടവും', കമ്പനിപ്പതക്കം
പിച്ചിപ്പറിച്ചിറക്കി വിടും
പട്ടണത്തിന്റെ പുറങ്കാൽ തൊഴി
തടഞ്ഞു, ചിരി മൂപ്പിച്ചെടുക്കും
കടയിൽ ഉൾത്തകിലുറക്കെക്കൊട്ടി
'എളേപ്പാ, ഒരടിച്ചായയെടുക്ക് '
എന്നിരുന്നാറി തണുക്കുന്നു.
ആറ്റിയാറ്റി കൊള്ളാത്ത വിധം
തണുത്ത ജന്മത്തിൽ തീ പിടിപ്പിക്കുന്നു. ■

തിരുവല്ല

മണിമലയാറു നിറഞ്ഞു
ചുറ്റുമാറ്റു വഞ്ചിപ്പച്ചയിൽ
മനക്കലക്കം, മലവെള്ളം.

ചുഴിത്തെ കുരുക്കും കയം
കാലാഴ്ത്തിയളന്നു പാലം.
മനസ്സോളമാഴം ആത്മഗതം.

ബെല്ലടിച്ചു നിർത്തിയിട്ടും
ഇറങ്ങുവാൻ തോന്നുന്നില്ല.
വണ്ടി നിന്നു മുരളലായ്
എറങ്ങെറങ്ങ്, തിരുവല്ലയായ്.

എരിഞ്ഞു വീഴും മഴയത്ത്
മുനിഞ്ഞു കയറി പൂമര
ക്കീഴിലീ വിറ തണുപ്പല്ല.

തടങ്ങളിൽ നിറച്ചു വെള്ളം
തിളച്ചു പൊന്തു, ന്നതിൽ
നിവർന്നു പൊങ്ങുമാവി പോൽ
തുമ്പയും തകരയും.

കഴിഞ്ഞകാല വണ്ടിയൊന്ന്
നടുങ്ങി വന്നു നിന്നതേ,
തിരിച്ചോരേങ്ങലിൽ ഞാൻ
പിടിച്ചു കേറുന്നു വണ്ടിയിൽ.

‘വന്ന വാക്കിൽ തന്നെ
തിരിച്ചു പോകയാണല്ലോ’
കൈവഴിക്കൊളുത്തിന്റെ
ഉടക്കെറിഞ്ഞു ‘തിരുവല്ല’
കൂടെയോടി, കൂട്ടു യാത്രയായ്.

മഴമുഖം നിവർത്തവേയവൾ
വെയിലഴിമുഖം തെളിച്ചരികെ..!
വെറുതെയാവുന്ന യാത്രകൾ
കിളിമരം പോലെ ചിലച്ചകംപുറം. ■

ഗ്രാമക്കുട്ടി

കാലം മങ്ങി,
സിഗ്നൽ കമ്പികൾ
അറുത്തിട്ട മുറിവായിൽ
ചിരി തിളപ്പിക്കുമ്പോൾ

അതിൽ വെന്തുവോയെന്ന്
നീ കൊത്തിയെടുത്ത
നെടിയ റേഷനരി പൂത്ത
വെള്ള വസന്തത്തിൽ
നിന്റെ നിറവയറിന്
ഞാനൊരു ഉമ്മ കൊടുത്തു.

ഗ്യാസടുപ്പിന്നൊന്നാം ബർണ്ണറിൽ
കുട്ടിയെപ്പോലെ പതുങ്ങും
ജ്വാല എന്നാകട്ടെയിവൾക്കു പേര്.

നഗര പത്മവ്യൂഹം തുളച്ച്
ഗ്രാമക്കൊടി പറത്താൻ പോന്ന
ഏഴു തിരി വെളിച്ചമാകട്ടെ
ഇവൾക്ക് സിസേറിയൻ നക്ഷത്രം.

ഇവൾക്കായി നാമടിച്ചുകൂട്ടും
വെട്ടുകൽ ഭിത്തിയിൽ
ഉത്സവത്തിന്റെ സ്നേഹവാതായനം.

എന്നൊക്കെ പുനിതം പറഞ്ഞ്
ഇന്നിപ്പോൾ ഐസിയുവിൽ
കരയാത്ത കുട്ടിക്ക് വേണ്ടി
ഈരണ്ടു നേർച്ച വിളക്കുകൾ നാം.

എന്റെ കുഞ്ഞേന്ത്യേ എന്ന്
പരതിപ്പരതി നീയൊടുക്കം
കൈ ഞെരിച്ചെന്നോടാരായുന്നു,
പത്മവ്യൂഹം കടക്കാനിവൾക്ക്
ഉപായമെന്തേ പറഞ്ഞു കൊടുത്തില്ല... ■

കാവ്യയന്ത്രം

എത്രകാലം കഴിഞ്ഞു,
വേരെത്രയെണ്ണം
പൊട്ടി, എന്നിട്ടും
വീടിനിസ്സ്വപ്നം മാഷെ.
മൾബകൾ[1]ക്കുള്ളിലാണ്ടു
പൊട്ടിക്കിളിർത്തും
മേൽക്കുമേലേറും
ഫാക്ടറിത്തീറ്റയായി,
ക്കമ്പനിക്കൂട്ടിലാണ്ടു
പൊട്ടിപ്പൊടിഞ്ഞും
ഏതു 'ഫാസി'ക്ക്യാ-
മെത്തിടും പോൽ ദശാബ്ദ-
മെങ്കിലും മേലനക്കി
നോക്കാം, കരാളം
പട്ടണപ്പാടിൽ
[2]കത്തി നിൽക്കുന്നേ നോവ്.
ജീവിതച്ചെറ്റ പൊക്കി
സൂര്യന്റെ നാവിൽ
ജീവനോരോന്നും
തൊട്ടു തേയ്ക്കും ദശ്ശാബ്ദ
മസ്സൂര്യരെന്നു നടിച്ച
തൂവെളിച്ചങ്ങൾ
ചൂട്ടുകറ്റയ്ക്കും
[3]പ്രാപ്തിയില്ലാത്തോർ മാഷെ.

ഇങ്ങനേറെപ്പറഞ്ഞു
ഞാനിന്നു പോകും
ഗൾഫിലേയ്ക്കെന്നും
ഏറെ ദുഃഖമുണ്ടെന്നു,
ഞാനു, 'മിതുകാലമെന്ത്
ദുഃഖപ്രവാസം?
ഗൂഗിളില്ലേ, പി
ന്നെഫ്ബി, കിഫ്ബി ഗ്രൂപ്പേറെ,
പോയ്‌വരൂ ദാസു ധീര
മാക്കൂടെ കാവ്യം,
ജീവിതം കാവ്യം,'
ഫോണിതിൽ ചൊല്ലീ മാഷ്.

'പോരവേ, ഞാനെനിക്കു
പറ്റുന്നതെന്താ
ണങ്ങയോടുള്ള
സ്നേഹവായ്പായെത്തിക്കു'
മെന്നു ഞാൻ;
ഉത്തരം വ, 'ന്നത്രയ്ക്ക്
നിർബന്ധമാണെങ്കിൽ
വാങ്ങിവാ, നിത്യേനയും
ബട്ടണിട്ടാൽ മുഴുത്ത
കാവ്യം പെറുന്നൊന്നുരണ്ടെണ്ണം
യന്ത്രമൊത്തു കിട്ടുന്നേൽ...'
ഫോണിലങ്ങേത്തലയ്ക്ക
ലൂറിച്ചിരിച്ചൂ
[4]നഗ്നകാവ്യങ്ങൾ പോലെ
ചാർവ്വാകച്ചങ്ക്... ■

---

1. വ്യാവസായിക മാലിന്യങ്ങൾ.
2. 25 വർഷത്തോളമായുള്ള പ്രവാസം
3. പ്രിയ കവി കുരീപ്പുഴ ശ്രീകുമാറുമായുള്ള ഫോൺ സംഭാഷണം.
4. കുരീപ്പുഴയുടെ പ്രശസ്തമായ നഗ്നകവിതകൾ.

പ്രത്യംഗസങ്കടം

ഉണർന്നു മതിയാവും മുമ്പേ നീയാ
പുലരിനെപ്പിടിച്ചുച്ച നേരമാക്കുന്നു.
എഴുന്നേറ്റു നിന്നാൽ കിട്ടുന്ന
രണ്ടുമൂന്നു ചവിട്ടുകൾ കൊണ്ടു
സന്ധ്യയാക്കുന്നു.
കുന്നും കാടുമിടിച്ചു കലക്കിയ
മയക്കഗ്ഗുളിക തീറ്റിച്ചുറക്കിക്കിടത്തുന്നു.
പിന്നുള്ളതമർഷപ്പുകമറയ്ക്കപ്പുറം
സ്വപ്നത്തിലോങ്ങുമീ ദിക്കുകൾ.
ഷർട്ടിടാതാകാശം, നീല ദേഹമാകെ
നക്ഷത്രങ്ങളോ, 'സിമ്മി'ലെരിയുന്നു.
ഒന്നിലും മുൻപുണ്ടായിരുന്നത്ര
പേരെടുത്തു വിളിയൊച്ചയില്ലല്ലോ,
അതിലെല്ലാമോരോകുടം കണ്ണീര്
വക്കോളമെത്തി തിളച്ചു പൊന്തി
തന്മയത്വത്തുള്ളൽ തുടരുന്നു.
അമ്മതാനല്ലയോയിത് എന്നുതുടങ്ങു-
മുൽപ്രേക്ഷാഖ്യാലംകൃതികൾക്കിട്ട്
ഉൾമൂർച്ച കൊണ്ടൊരു പോന്തൽ,
നുളയ്ക്കും കാലഞരമ്പിൽ നിന്ന്
തെറിയ്ക്കുന്നവസാന തരി രക്ഷയും,
ആധി ജ്വാലയിതു നീലോൽപലം.

മസ്തിഷ്കസ്ഫുലിംഗപ്പൂവുകളിൽ
നെഞ്ചിടിപ്പ് എന്ന ഒറ്റയാൾമനുഷ്യൻ
തൊട്ടതിനും പിടിച്ചതിനുമൊക്കെ
മുരട് പൊട്ടിക്കുന്നു, ഉമിനീരിറക്കുന്നു,
വിങ്ങി സഞ്ചരിക്കുന്നു, കേൾക്കാതാവുന്നു,
കാണാതാവുന്നു, കരൾക്കട്ട
കൊത്തിനുറുക്കി വേണ്ടപ്പെട്ടവർ
ക്കിട്ടു കൊടുക്കുന്നു, ശ്വാസമാകുന്നു,
മുട്ടിയവാതിലുകളൊക്കെ ചെന്ന്
ഒറ്റ മരണം കൊണ്ടു പൊളിച്ചടുക്കുന്നു.
ഹുക്കിടാതാകാശം, ഒറ്റമുലത്തള്ളലിൻ
ഞെട്ടിൽ പാൽനിലാ രുചിമാറി
[1]വിടു ഭൂമീ, വിടുഭൂമീയെന്നൊച്ച വയ്ക്കുന്നു
സൂര്യചന്ദ്രതാരകക്കൂട്ടം.
ഇന്ധനട്ടാങ്കർ ചോർന്നപോൽ
കോടി നിൽക്കുന്നു ചുവന്ന ചുണ്ടുകൾ.
കലർന്നു മതിയാവും മുൻപേ നീയീ-
സന്ധിയെ പിരിച്ചെടുത്തു വർണ്ണിക്കുന്നു.
ഓരോരോ വർണ്ണം ഭാഗംവച്ച്
ഒപ്പുവച്ച നേരത്തെന്റെ സ്വന്തം
നിറങ്ങളെക്കൊണ്ടു കൊടി പിടിപ്പിക്കുന്നു.
എത്രമേൽ ചാറിയിട്ടും പെയ്തെന്ന
തോന്നലില്ലയെനിക്കും നിനക്കും,
വിക്കുവീണിട്ടുണ്ട് പിരിച്ചവാക്കിലും
സന്ധിയിലും ഗുരുവിലും ലഘുവിലും.
എന്നിട്ടും ഒരുതോർച്ചയ്ക്കുള്ള വെട്ടം
ചിമ്മി പളുങ്കുരുട്ടും മട്ടുകണ്ടാൽ,
ഞാനെന്നെ വെട്ടിയൊടിച്ചൊരു-
ശിവനരളിപ്പൂങ്കൊമ്പായ്
മുറ്റത്തു നട്ടുവച്ചിറങ്ങി നിൽക്കുന്നു.
എന്നിട്ടുമൊന്നു ചേർന്നിരിക്കുവാൻ
കാലാട്ടുവാൻ, സന്ധ്യയെ വിട്ടുവിളിപ്പിക്കുന്നു

മൂളിപ്പാട്ടിറക്കി വച്ചിരിക്കും
പാടവരമ്പത്തെ മീനം ചുട്ട ബണ്ടുകൾ.
ഒന്നായ് വന്ന് മറ്റൊന്നായ് തുനിഞ്ഞ്
ഇനിയുമൊന്നായ് മുനിഞ്ഞ് നീ
ആരിൽ കയറി തീപിടിച്ചകംപുറം പൊള്ളി
കുടുസ്സുകാലത്തിൽ കിടന്നുപുകയുന്നു,
നിറഞ്ഞു മതിയാവും മുമ്പേയീ
ഗദ്ഗദക്കുടം നീ വാർത്തു തീർക്കുന്നു.
ഒഴിഞ്ഞൊരിടത്തിരുന്നൊച്ച താണുപോം
അംഗപ്രത്യംഗസങ്കടമാകുന്നു. ■

1. ചന്ദ്രനുൾപ്പെടുന്ന ആകാശഗോളങ്ങളെ ഭൂമിയുടെ ഇന്ധനാവശ്യങ്ങൾ നിറവേറ്റാനുതകുന്ന രീതിയിൽ ഉപയോഗിക്കാമെന്നുള്ള സാധ്യതാ ചിന്തകൾ.

തോന്നലവധിക്കാലം

ഏതാണ്ടൊരിന്ദ്രിയം
കവിതപ്പെടുന്ന പോൽ
തോന്നലവധിക്കാലം.

പിടി അയഞ്ഞു
പാത്രത്തിൽ വീണ
ഉരുള പോലൊരാന്തൽ.

ആരിൽ പെയ്തെഴുന്നേറ്റ്
തോർച്ചയിൽ പനി പൂത്ത്
സിരകളിൽ 'ആഞ്ചിയോ' എന്ന്
ഒരു എത്ത് ആഞ്ഞ പോൽ.

നവജാത മൗനിയെ
തൊട്ടകം പൊള്ളി
തിരിയുമ്പോളാരെറിഞ്ഞ
കൺകൊള്ളി പോൽ.

പിഴുതെടുത്ത വേരിൽ നിന്ന്
മണ്ണ് ചാറും പോൽ,
വളഞ്ഞ ബധിരാകാശം
കൊള്ളി വീശുമ്പോൽ.

ആഞ്ഞൊന്നു കടഞ്ഞാൽ
സ്ഫുടമായ് കിട്ടും
കടുപ്പിച്ചൊരേങ്ങലാം
തോന്നലവധിക്കാലം. ■

അമ്മമയം

മേൽമണ്ണു ചെത്തിമാറ്റും പോൽ
ഘടികാര സ്വരമിപ്പോൾ
ഏതു മൂർച്ച ചെന്നമ്മയിൽ
തറഞ്ഞ പോലലാറവും.

അമ്മ വേവും തീയത്ത് നി-
ന്നന്തി പൊള്ളിക്കരിഞ്ഞതിൻ
മേൽ കരിങ്കർക്കടകത്തിൻ
പെയ്തൊഴിയാത്തേങ്ങൽ ചാല്.

അമ്മ പോൽ മങ്ങും ചന്ദ്രനിൽ
വാവു വാരിത്തേച്ചിരുട്ട്,
പേരയിൽ ചിറകുടക്കും
പക്ഷി അമ്മയെന്നു, മകൻ.

പേരറിയാപ്പൂവ്, പുനർനവ,
മാറാമ്പു, താറാവു, തുമ്പ,
സ്തംഭിച്ചിരുന്ന തുമ്പികൾ...
ഏതൊന്നിലുണ്ടാകുമമ്മ..

ഏറെ നാൾ പൂട്ടിയ ചുണ്ട്
തള്ളിത്തുറന്നമ്മയൂറും വാക്കത്,
സന്ധ്യാരുണിമയിൽ ഒന്നുകൂടി
പിടഞ്ഞു പൊങ്ങും സൂര്യത്തിരി.

കണ്ണിൽ പിന്നിട്ട പാതകളുടെ കരൾ
കോർത്തു വലിക്കും നിലവിളി.

വാക്കിലെ സംക്രാന്തിവെട്ടം
ലോപിച്ചരക്കഴഞ്ചോളം
ഊതിയാലിനിയുമാളും
കനൽ കാലമമ്മച്ചിത.

ഏറെ വീണ തേങ്ങൽകറ
കുത്തിപ്പിഴിഞ്ഞും മടുത്തു
കാലവർഷങ്ങൾ, നെറ്റിയിൽ
വിയർപ്പുമായ് നിന്നു പുലർ.

കയറ്റുകട്ടിൽശരീരം
കഴുകിച്ചാരി വയ്ക്കുമ്പോൾ
ഒതുങ്ങിക്കൂടിയോരേങ്ങൽ
മരങ്ങളിൽ തിളച്ചു നിന്നു.

അമ്മയിപ്പോൾ സർവ്വവ്യാപി
കാടിൻ കുടുമയിൽ, മേലേ
നിർവ്വികാര നക്ഷത്രമ-
ല്ലിങ്ങ് തുടിപ്പും തരിപ്പും. ■

പൊക്കുടക്കവിത

മൂന്നടിയിടം ചോദിച്ചു
മുപ്പാരും തുള്ളും
മെതിയടി വകഞ്ഞു ഞാനാം
പത്തുമടങ്ങു കവിത.

ഇക്കണ്ട ധൂളികളെല്ലാം
എന്തുകൊണ്ടെന്റെ
കണ്ണിൽത്തന്നെ ചാടു-
ന്നിരുട്ടിൽ കണ്ട വെളിച്ച-
ക്കുളത്തിലെല്ലാം മുങ്ങുന്നെന്റെ
പ്രാണവെപ്രാള കവിത.

ആരെയോ മുറുക്കിത്തുപ്പിയ
കറ്റുകാരന്റെ വായ്ത്തലപ്പുറത്തെ
വറ്റു തിന്നോളൂയെന്നൗദാര്യം-
കടലും പുഴയും തന്ന പ്രളയ-
ക്കെടുതി ഉടവാളാക്കിപ്പൊങ്ങി,
ജലഫണങ്ങളിൽ ചത്തുമലർ-
ന്നെന്നിട്ടും ചെകിളച്ചെം-
ചാമരത്തിൽ പതുക്കനെ
ജീവനിട്ടു കാറ്റിലുറയും കവിത.

വീടേ, നാടേയെന്ന
വിപിനാന്തർഗതം

വംശനാശത്താൽ ചുറ്റപ്പെടു-
ന്നുള്ളുരഞ്ഞൊടുവിലെന്റെ
കാട്ടുതീക്കവിത.

വിസർജ്യഗംഗയിൽ
കാൽമുക്കി അറ്റു പോകാനിരിക്കും,
കണ്ടൽ കയത്തിൽ ചാടി
ആമരമീമരം ചൊല്ലി
ഊഷരത്തിലേക്കിറുന്നു വീഴും
കല്ലേൻ പൊക്കുടക്കവിത. ■

പൊങ്കൽശ്ശരീരം

പൊങ്കൽ[1] വിളമ്പി വയ്ക്കുന്ന നേരം
തിണ്ണയിൽ തലപ്പ് ചാരി മന്ദാരം
തേൻകുരുവിത്തൊണ്ടയനക്കി
പൂ വേണോ, പുലർ വേണോയെന്നു പുനിതം.

പെറാനിടം തേടിപ്പോയ പൂച്ച
പൊടുന്നനെ കാടുകുടഞ്ഞു വന്ന്
തിരി കെടുത്തിയില്ലേ, വിളക്കിൽ
എണ്ണയില്ലേ, തീയില്ലേ, പുകയില്ലേ,
സെറ്റിയിൽ വിരിപ്പ് മാറ്റിയിട്ടില്ലേ,
കലണ്ടർ മറിച്ചില്ലേ, മേശമേലെച്ചിൽ
തുടച്ചില്ലേ, തൂത്തുവാരിയില്ലേ എന്നൊക്കെ
തകർത്തഭിനയിച്ചു മടുത്തു, മ്യാവൂ!

പാതിയുറക്കത്തിൽ കണ്ണു ഞെരടി
വക്കിലും വടുവിലും കളഞ്ഞു പോയ
ചൂരു തിരയുന്ന പോൽ നെയ്യുറുമ്പ്.

'ഇങ്ങോട്ടു വിളമ്പെ'ന്നായിരം ഇലയിട്ട്
മുറ്റത്തെ പന്തി നിറഞ്ഞ് മുരിങ്ങ,
തീ കുരുക്കും മാവ്, മഷിപ്പേന ചോരും
ശംഖുപുഷ്പപ്പടർപ്പ്, തിളച്ചു നിൽക്കും
പത്തുമണി, കൺവെട്ടത്തെ കാവ്, കാട്...

[2]നാഫ്തലീൻ ഗന്ധം കമട്ടിക്കളഞ്ഞ്
പാറ്റയും കുഞ്ഞുങ്ങളും കുന്തളിച്ച്

കാൽതൊട്ട്, ഇക്കിളിയിട്ട്, മതിമറന്ന്,
വറ്റു വളഞ്ഞു പിടിച്ച്, ഭൗമപൗരത്വ
ഭാഷണം, മുഷ്ടിചുരുട്ടിപ്പൊക്കി നിൽപ്..

ചിറകു ചീകി, ഗാഢപ്രപഞ്ചത്തിൻ
ഒരുനുള്ളു കണ്ണും കാതും കാവൽ.
മിഴിവരമ്പു ചാടിക്കടന്നെത്തി
യുള്ളിൽ പതിക്കും കൊതിക്കനത്തിൻ
ഘനീഭൂതമീ വിണ്ണും, തിളച്ച താരങ്ങളും.

ഒരുരുളപ്പൊങ്കൽ ഉരുട്ടിയെടുക്കുമ്പോൾ
വാ തുറക്കുന്നു എല്ലാ കലങ്ങളും,
ടാപ്പ് അറിയാതെ വെള്ളമൂറുന്നു,
എനിക്കോ നിനക്കോയെന്ന് ആളി നിൽക്കുന്നു
നിലവിളക്കിലെ ഇരുതിരി നാവ്.

പാത്രം വടിച്ചു നക്കുമ്പോഴോ
കണ്ണായ കണ്ണെല്ലാം
കാതായ കാതെല്ലാം
കൊതിക്കെറുവു നീറ്റി,
നിന്നെ ഞാനെടുത്തോളാമെന്ന്
പ്രതികാരദാഹ പ്രതിജ്ഞകൾ
കാറ്റിലും പൂവിലും കലർത്തുന്നു.
ഈ ഒരുരുള 'പൊങ്കൽശ്ശരീര'ത്തിൻ
കൈവളരേ, കാൽവളരേ യെന്നങ്ങിനെ
കൊട്ടിപ്പാടിപ്പട്ടിണി കിടക്കുന്നു... ■

---

1. പൊങ്കൽ എന്ന തമിഴ് വിഭവം
2. പാറ്റ ഗുളിക

അപ്പം പൂക്കുന്നെടാ

'ഒരു വീട്, ആ വീടിൻ
ഒരു മുറി നിറയെപ്പാലപ്പം,
ഒരു മുറി നിറയെ ചമ്മന്തി,
ഒരു മുറി നിറയെ കൽദോശ.
കൊതിതോരണമിട്ടകമാകെ
തിന്നുമദിക്കണമിക്കാലം....'[1]

ഈ തെരുവ് ഒരപ്പമരം,
ചില്ലകൾക്കറ്റത്ത് കാപ്പി
ക്കടകളൂറും നറുമണം.
അനിയാ, ഇവിടാകെ
അപ്പം പൂക്കുന്നെടാ..

അയൽപക്ക വക്കത്തിരുന്നു
കൊതിപ്പിക്കുമപ്പ ഗന്ധം
നീയും ഞാനുമെത്രനാൾ
അടക്കിവച്ച ജീൻ വാൽജീൻ.

മാവു തീർന്ന ചരുവത്തിൽ
തവി കിടന്നു പിടക്കുമ്പോൾ
നെഞ്ചിടിപ്പിന്നൊരു പകർപ്പ്
ഉടഞ്ഞു പോകാ കഷണമോർമ്മ.

പത്തുസെന്റ് മണ്ണപ്പം
തിന്നുതിന്ന് അച്ഛനിപ്പോൾ
എത്രമേൽ വളർന്നിരിക്കും?

എളിയിലിളനീർ കുലനിറച്ച്
വെള്ളയപ്പക്കള്ളിലാടി
വെയിലിന്റെ തോളിൽ പിടിമുറുക്കി
തിണ്ണയിൽ കരിനിഴൽ പോൽ
ശബ്ദമില്ലാതെ വിളിക്കയാകും.

ഘനമഴക്കൊതി ജലം
നദി നിറഞ്ഞു പൊട്ടുമ്പോൾ
തീ കൊറിച്ചു വിരിഞ്ഞിടും
അപ്പമെന്ന സൗഗന്ധികം.
കൊതിച്ചു കിട്ടാതിരുന്ന
രുചിഗുണങ്ങ, ളനിയാ-
മരണകാലത്തും സ്മൃതിയിലുണ്ടാവുക.

ഇവിടീ തെരുവിലേയ്ക്കല്പം
കിനിഞ്ഞിറങ്ങിയാൽ
അപ്പക്കുലകളേറെയും,
വിശപ്പിൻ ബാല്യകാലകലാപമിവിടെ
പിടിവിട്ട് മണത്തു നടക്കും.

പൊറു,ത്തപാര വിശപ്പിനെ
തിരിച്ചെടുത്തു പോരെടാ,
അനിയാ, ഇവിടാകെ
അപ്പം പൂക്കുന്നെടാ. ■

---

1. വറുതിയുടെ ബാല്യകാലത്തിൽ ഞങ്ങൾ കുട്ടികൾ തമ്മിൽ പങ്കുവയ്ക്കാറുണ്ടായിരുന്ന ആഗ്രഹങ്ങൾ.

ചകിത
താരക
തീ

തിരഞ്ഞു പിടിക്കപ്പെട്ട
ഒരുത്തനിരുന്നു തിളയ്ക്കും
തിരിഞ്ഞു നോട്ടത്തിലെ
ചകിത താരക തീ.
വളർത്തിക്കൊണ്ടു വന്ന്
ബലിക്കല്ലിൽ നിർത്തും
കണ്ണിൽ കണ്ണു പായിച്ച
ചകിത താരക തീ.
വാക്കുരച്ചിട്ടടച്ചു വച്ച
ഉള്ളിരുന്നു മൂളിപ്പൊട്ടും
മുൻപുള്ള മൗനത്തിലെ,
തോക്കിന് പൂവ് നീട്ടും
ജനചരായയുള്ള പെണ്ണിലെ,
മുട്ടിയിട്ടും പൊട്ടാതെ
തോളിൽ കയ്യിട്ടു പൂട്ടി
താക്കോലറബിക്കടലിലോ
ഇന്ത്യൻ മഹാകടലിലോ
ബംഗാളുൾക്കടലിലോ
വലിച്ചെറിഞ്ഞി
ട്ടൊന്നിച്ചുറയ്ക്കുന്നതിലെ,
കഴുത്തിനു മേലിപ്പോൾ

ശിരസ്സ് പ്ലക്കാർഡതിൽ
കണ്ണാമിങ്കിലാബിലെ,
കരണത്തടിയേറ്റാലും
വിളിച്ചുണർത്തുന്നതിലെ,
തട്ടിത്തൂവുമെന്നാലും
ചൂടോടെ ഹൃദയം നീട്ടുന്നതിലെ,
ചെരുപ്പിനു മേലേ ബൂട്ട്
നരി മിഴി തുറക്കുമ്പോഴത്തെ,
തെരു തീക്കടലാകും മുന്നെ
തന്നെത്താൻ വലിച്ചു കീറി
തീയണയ്ക്കുന്നതിലെ,
ചകിത താരക തീ.
ഇറങ്ങാതെ പാതിയുരുള
തൊണ്ടയിൽ കുരുങ്ങുമ്പോഴത്തെ,
തീ പിടിച്ചു നൃത്തം ചവിട്ടും
പ്രിയ തെരുവിന്നകക്കണ്ണിലെ
ചകിത താരക തീ...
തരൂ, എനിക്കെന്നെയിനിയും
ഉരുക്കിപ്പുതുക്കി പണിയണം,
മനുഷ്യ ത്തിളക്കത്തിനേറ്റ
മങ്ങൽക്കറ കളയണം. ■

ഹൈഡ്രോക്സി
ക്ളോറോക്വീൻ

എട്ടാം നിലയിൽ നിന്നൊരു പൊട്ടൽ
കേട്ടെന്ന പോൽ പോയമഴ തിരിച്ചെത്തി
ജനൽപ്പടിയിലിരുന്ന് ഒരു പെരുംതുള്ളി-
കാറ്റിൽ പൊതിഞ്ഞു നീട്ടുന്നു.

എന്തൊരുറക്കം ഭയപ്പാടോടെ
മൊരിഞ്ഞമണൽ വാരിയെറിയും പോൽ
കുറെ കിളികൾ ഇടയ്ക്കിടക്കു വന്ന്
തമ്മിൽ കൊത്തും, ലഹളയും നടിക്കുന്നു,
അവയിലൊന്നിന്റെ കണ്ണിലുരുളും
തൂവെള്ള നിലാവു രാവു കീറുന്നു.
കയ്യബദ്ധമൊന്നും കാട്ടിയിട്ടില്ലല്ലോ എന്ന പോൽ
ചാഞ്ഞും ചരിഞ്ഞുമവയുള്ളിലേയ്ക്കു നോക്കുന്നു.

ഉള്ളിൽ മുട്ടും പോൽ പെട്ടെന്നൊരു കാൾ
കൃത്യത്തിലെത്തുന്നു, പൂച്ചകൾ പെരുകും
വാടാവിന്നൊച്ചബഹളങ്ങളിൽ നിന്ന്
ഇപ്പോൾ വിരിഞ്ഞതെന്ന പേരിൽ
കുറെ ചിരികൾ പ്രചരിക്കുന്നു.
അതിലൊളിക്കുന്നർദ്ധ രാത്രിയുടെ ബാഷ്പം!
ഇച്ചൂട് താഴ്ത്താനുതകും മരുന്ന്.

കട്ടിൽപ്പടിയിലിരുന്നു മടുത്ത നിലാവ്
പൂവിനും, മേടിനും പിന്നാലെ പായുന്നു.

വൃത്തിയില്ലാത്ത ശൂന്യതയിലേയ്ക്ക്
ചിട്ടയില്ലാത്ത വെള്ളിയാഴ്ച ചാറുന്നു.
ആഴത്തിൽനിന്നു പൊന്തിയ സ്മൃതി
നിലച്ച ശ്വാസത്തെ കുലുക്കി വിളിക്കുന്നു.

ചുണ്ടുകൾ പൂട്ടിയിട്ട കാലം, ഞങ്ങളാം
കാട് പൂത്തോ പൂത്തോയെന്നു മത്സരിച്ചു
കുമിഞ്ഞു കയറിത്തുള്ളും പടിക്കെട്ടിൽ
വെട്ടിയിട്ട പോലിവൻ കിടക്കുന്ന നേരം
കുലുക്കുഴിഞ്ഞ വെള്ളം കുടിച്ചിട്ടെന്നാലും
നിശ്ശബ്ദയായ് നിന്ന റോസാക്കമ്പിലെ പൊട്ടൽ
പൊളിച്ചു നീട്ടുന്നു ഹൈഡ്രോക്സീ ക്ളോറോക്വീൻ. ■

പുനരുജ്ജീവനം

കുതിർക്കാൻ വച്ച
അരച്ചരുവം പയർ
പാത്തിരുന്നു മുളച്ചു.

ഏറെയിരുട്ടിയിട്ടും
അല്പാല്പം സന്ധ്യ
കണ്ണുഴിമുഖത്തിരുന്നു.

ദ്രവിച്ച ലിപിയിലെ
ഗതകാല ഭാഷ
ഉതിർത്തു മുക്തകം.

കാടു തേച്ചുമായ്ച്ച
വീട്ടുവഴി ലേശം
ദിക്കനക്കം കാട്ടി.

ഉൾക്കിടിലച്ചുരുട്ടിൽ
ഒറ്റവരിക്കവിത
രക്തം പൊടിച്ചു.

മറ്റൊരു തരം നില്പും
ചേരാത്ത ചുടുവാക
നിന്നനില്പിൽ പൂവിട്ടു.

കൊള്ളാൻ മടിച്ച
കല്ലിലല്പാല്പം
കാരുണ്യ ജീവത.

കൊല്ലാൻ വച്ചിരുന്ന
ഓർമകളെണീറ്റ്
കൊല്ലിയും പൂവുമായ്.

ഊഴം നോക്കാതെ
കൊത്തും തലോടലും
ഒന്നിച്ചറംപറ്റി.

അധികപ്പെയ്ത്ത്
ഏറെക്കാലത്തേയ്ക്കി-
ക്കാവു തേങ്ങി നിർത്തി. ■

ചെമന്നുള്ളി

കണ്ണു നനയിച്ചു തന്നു
ചെമന്നുള്ളി മുറിവ്.
മനസ്സു മുറിഞ്ഞതിന്റെ
ഘ്രാണ മഴയത്തിരുത്തി
നീട്ടി വിതുമ്പൽപ്രസാദം.

ലക്ഷണമൊത്ത കാരണമെന്തുണ്ട്
തന്നെത്താൻ കരഞ്ഞൊഴിയുവാൻ,
നഗരം കുടിച്ചതിൻ ബാക്കി
മട്ടു പെയ്തൊഴിക്കുവാൻ.
കൊണ്ടാട്ടം തിളയ്ക്കും
രക്തപാത്രം തണുപ്പിക്കുവാൻ.
വിരലോങ്ങും പൂഴിമണ്ണിൽ
പൂവ് കൊടിയേറ്റുവാൻ.
മണ്ണുകൊണ്ട് മുഖംപൊത്തും
വിത്തെഴുന്നേറ്റിരിക്കുവാൻ.

ഏതു വിധമുണ്ടപരിഷ്കൃതം
നിന്നുപെയ്യുവാൻ, നാനാവഴിക്കും
കണ്ണീരൊലിപ്പിച്ചു നിൽക്കുവാൻ,
ഞരമ്പോരൊന്നും പിഴിഞ്ഞു
വാവിട്ടു കാരയുവാൻ പാകം
വലിപ്പമുള്ള കാലമെങ്ങുണ്ട്.
ഇരുത്തമുള്ള നേരമെങ്ങുണ്ട്.

കവിളോളമിറങ്ങി വ-
ന്നിളം ചൂട് തന്ന കാലം മറ-
ന്നൊഴുകി വാ എന്നേറെ
ധ്യാനിച്ചാലും കവിതപോൽ
കണ്ണീരടങ്ങിപ്പോകവേ,
മൂകം പിളരുമുള്ളി നീറ്റം
മതി, എന്നിലിപ്പോഴും
കണ്ണീരോട്ടം സജീവം.

ചിരിച്ചുകൊണ്ട് കരയാനിരിക്കുന്നു,
നിനക്കു കഴിഞ്ഞില്ലെങ്കിലു, മെന്നെ
ചെമന്നുള്ളിക്കു കരയിക്കാനാകുന്നു.
കല്ലല്ല ഞാൻ, ആരാലും കണ്ടെത്താതിരുന്ന
കണ്ണീരുറവ തന്നെ.
ഊഷരമെന്ന പോലുള്ള
ഉൾ സന്ധി,സമാസങ്ങളിൽ
എവിടെ തട്ടിയാലുമിപ്പോൾ കേൾക്കാം
നനവിന്റെ മാറ്റൊലി,
പെയ്ത്തിന്റെ കൂട്ടക്കുരവ.
ഇല്ലാത്ത വൃത്തത്തിലുള്ള
വീൺവാക്കിന്റ നൃത്തം.
പൊയ്മുഖക്കീറലിൽ പുഷ്പിക്കും
മഴയുപേക്ഷിച്ച കൊഞ്ഞനത്തുള്ളി..
മുറിയാനൊരുപിടി ചെമന്നുള്ളി,
അതിനിരുന്നു കരയാ-
നിരു ചങ്ങഴിക്കണ്ണുകൾ... ■

തിരി കെടുത്തുമ്പോൾ

ഓങ്ങിയ കൈയ്യിൽ തടസ്സംപിടിച്ചു തീ
നാളം തിരിഞ്ഞു നിന്നായത്തിലാളുമ്പോൾ
കെട്ടുപോകുംവരെജ്ജ്വലിക്കാൻ വിടെന്നെ-
മൂവന്തി തുള്ളും വിളക്കിൽ ജപം കേട്ടു.

വിസ്മൃതിക്കുള്ളിലങ്ങേറ്റം പ്രിയപ്പെട്ട
കൺതടം പോലുള്ള ഓട്ടുവിളക്കിത്,
ഏറെക്കരിഞ്ഞെങ്കിലും തിരിത്തുമ്പത്ത്
രൂക്ഷതയ്ക്കൊട്ടും കുറവില്ല ദൃക്കിനും.

കൈയിൽ പിടിക്കുമീ നാളം നഖം കൊണ്ട്
പൊള്ളിച്ചു വയ്ക്കുന്നു; 'തൊട്ടുപോകല്ലെന്നെ.'
ജ്വാലവാരിപ്പുതച്ചുള്ള നിൽപ്പിലാകെ
ഉള്ളിലെന്നെത്തൊടുന്ന പോലൊരാൾമുഖംതാൻ.
എങ്ങനിസ്സാന്ധ്യദീപം കെടുത്തും, ജീവ-
നുള്ളതാണീ തിരിക്കു, കാണാം പിടച്ചിൽ.
എങ്ങനീ കൂപ്പുകൈയ്യുയർത്തുന്ന ജ്വാല
എണ്ണത്തുളുമ്പലിൽ മുക്കിക്കെടുത്തിടും..

പ്രണവവെപ്രാളപ്പെരുക്കം കണക്കെയീ
ജ്യോതിതുള്ളലിൽപ്പെ, ട്ടകത്തുള്ളൊരാളിൻ
കെടുത്തൽ ശ്രമങ്ങൾക്കിന്നപൂർവ്വമായോ-
രിരുത്തം വന്നപോൽ ചിന്തിച്ചിരിക്കയാം.

പ്രാർത്ഥനാ വീഴ്ച്ചകൾ ഞളുക്കുന്നാകാശ
വിളിപ്പാടകൽച്ചയിൽ നിറഞ്ഞു നിൽക്കും

വിളക്കിന്നെടുപ്പുകൾ, ഇടയ്ക്കു താളി-
ത്താലത്തിലെ നീലത്തിരിപ്പൊടിപ്പുകൾ.
കിടങ്ങിൽ വീണും വിരിഞ്ഞ കണ്ണാന്തളി,
കിടപ്പിലും ദേശം പിടിച്ച ദീപിക,
ഇലക്കുമ്പിളിൽ ഭദ്രദീപം കൊളുത്തും
വയൽക്കാറ്റിലെച്ചുണ്ട്, വസന്തത്തിണർ
പ്പെല്ലാത്തിനുമിപ്പോൾ വല്ലാത്തൊരാളലും..

[1]കുവ്വത്തിലെ വെള്ളം വെളിച്ചപ്പെടുന്നു
ണ്ടപ്പുറത്തെപ്പാളം വിളക്കുയർത്തുന്നു.
കല്ലാറു കേറിക്കണക്കറ്റ ദീപങ്ങൾ
കൈവീശി, ആല് വിളക്കോർമ്മ നൽകുന്നു.
ആരും വിളിക്കാതേറേ നക്ഷത്രങ്ങളീ
വീടിന്നയൽ'പൊക്ക'ത്തിലെത്തി നോക്കുന്നു,
മുൻകാല വർധയിൽ[2] വീഴാത്ത പൂവാക
മൊത്തവും വെട്ടം തിളച്ചു നിൽക്കുന്നു.

നിന്നെ ഞാൻ വീണ്ടും വിളിച്ചു ചോദിക്കുന്നു
എങ്ങനീയന്തിത്തിരി കെടുത്തും വിധം?

'എണ്ണയിൽ മുക്കിക്കെടുത്തേണ്ട, തീത്തിരി-
യ്ക്കുള്ളിലും കാണുമേ, മിണ്ടാത്തൊരു പ്രാണി.

തല്ലിക്കെടുത്തേണ്ട, കൈവാക്കു മാറിനി-
ന്നോർത്തോർത്തണയ്ക്കുമീ വെളിച്ചം സജീവം.

ഊതിക്കെടുത്താനെളുപ്പം, പക്ഷേ, വേണ്ട
ഹൃത്തിൻ തുടിപ്പുപോലല്ലേയിതിന്നാട്ടം.

പൂവിൻ ദലച്ചുണ്ടു കൊണ്ടുമ്മ വയ്പ്പിച്ചു
റക്കും പോലതിനെക്കെടുത്തി വച്ചേയ്ക്കൂ.

കൈയ്യുംകണക്കുമില്ലാതോരോ തൃസ്സന്ധ്യ
യേൽക്കും കലാപശ്ശവഘോഷയാത്രയാൽ

മണ്ണു വിങ്ങുന്നേരം, ഭൂമിതന്നീവശം
തീകെടുത്താൻ പോലും രണ്ടുമൂന്നാവർത്തി
ചിന്തിച്ചിരിക്കുവോരുള്ളിടം[3], നിൻ ചിരി!

ഇന്നേയ്ക്കു ഞാനീ തിരി കെടുത്തുന്നില്ല
കൂട്ടിനിരുട്ടത്തു തീക്കണമെങ്കിലും
യോജിച്ച മാത്രയിൽ എരിഞ്ഞു നിൽക്കട്ടെ.
കെടുത്തൽ ശ്രമങ്ങൾക്കതീതം ജീവനും. ■

---

1. തമിഴ് നാട്ടിലെ നദി
2. വർധ ചുഴലിക്കൊടുങ്കാറ്റ്
3. ഒരു തിരികെടുത്താൻ പോലും നിയതമായ രീതി അവലംബിക്കുന്ന സംസ്കാരം

കിടുങ്ങണത്തി

ഗുമ്മിഡിപ്പൂണ്ടിയ്ക്കു പോകും[1]
നിറവയർ ട്രെയിനിന്
നെറ്റിയിൽ സാമന്തിപ്പൂവ്.[2]

എങ്കെ, എന്നെഞ്ചിൻ?
മുന്നിലോ, പിന്നിലോയെന്ന്
ചെന്തമിഴ് നോട്ടം;
നടത്താരയാട്ടിത്തെളിക്കും
'കാരപ്പണിയാര'ക്കാരികൾ
കാർക്കിച്ചു തുപ്പുന്ന സന്ധ്യയെ
പൂവിട്ടു നിർത്തുന്ന പാച്ചിൽ.

അപ്പം മൊരിയുന്ന ചുണ്ടുകൾ ഞാത്തി,
ഓരോ സ്റ്റേഷനിലും പെറ്റും ചനയേറ്റും
നെഞ്ചത്തൊരേ തുള്ളൽ,എത്തണം എത്തണം
എന്നൊറ്റ നർത്തനം.

ജാലകക്കമ്പി മേൽ തല്ലി പെരുന്തല
പൊട്ടിച്ചു നാമോർമ്മ-
ക്കൂമ്പാരം മേലെ മയങ്ങവേ,
പാളത്തിലേറി, ഉന്മത്ത താളത്തിലല്ലേയീ
ട്രെയിനിന്റെ കുച്ചിപ്പുടി.

എങ്ങോട്ടുമില്ല ഞാൻ,
എന്നങ്ങു ബലപ്പെടുന്നേരം

ഓടിപ്പിടിച്ചെന്നെ
സ്റ്റേഷനിൽ തള്ളും മിടുക്കത്തി.
കാട്ടു തമിഴത്തി.

ഗുമ്മിഡിപ്പൂണ്ടിക്കു പായും
നിറവയർ ട്രെയിനിത്
ലക്കില്ലാ 'കിടുങ്ങണത്തി',
അന്തിയെ മൊത്തിക്കുടിച്ച്
കിറുങ്ങിക്കുണുങ്ങുവോൾ. ■

---

1. ഗുമ്മിഡിപ്പൂണ്ടിക്കുള്ള രാത്രി ട്രെയിൻ
2. ജമന്തിപ്പൂവ്

കണ്ണും കാഴ്ചയും

ഒരു കണ്ണടച്ച്
മറ്റേക്കണ്ണു തിളങ്ങി.
'മർച്ചേ'ക്കാഴ്ച്ച വിളങ്ങി.
എങ്കിലുമൊരു കുറവ്
ഇരുൾപ്പൂ വിടർത്തി.

കാഴ്ച്ചക്കനം കുറഞ്ഞ
ഒന്നുരണ്ടക്ഷരങ്ങളെ
ഞാൻ കാട്ടിത്തരാമെന്ന്
അടച്ച കണ്ണു പിടച്ചു.

വായിക്കാനാവാതെ
തുറന്നകണ്ണിലെ നീര്
അടച്ച കണ്ണിലും പൊങ്ങി,
അതിൽ പൂത്തു ചന്ദ്രൻ

വെള്ളെഴുത്തായി,
വെള്ളിവീണ നീ
തൊട്ടടുത്തുണ്ടെങ്കിലും
കണ്ടുവെന്നു വരില്ല.

ഒപ്പമെന്നു വരുത്തുവാൻ
സ്വല്പമെന്നെ തൊടണം,
തൊട്ടിടം മുറിയണം,
മുറിവിനുള്ള കാഴ്ച
കണ്ണിനെക്കാളപാരം.

രണ്ടു കണ്ണും തുറക്കുന്നു,
വെട്ടമിട്ടിരുട്ട്,
അക്ഷരത്തിന്നെടുപ്പുകൾ
പൂർണ്ണകുംഭമുയർത്തവേ,
ഒന്നിനൊന്നു നിന്നെപ്പറ്റി
നന്മ മാത്രം കാഴ്ചയേ...! ■

എന്നാലും എത്ര തവണ

തിളച്ച കണ്ണിൽ പൂവ് മുക്കി
മുരിങ്ങ പൊള്ളും നേരം
മുറിവുകളെണ്ണം തികച്ചിട്ടില്ല-
തിരിച്ചും മറിച്ചുമിട്ടിങ്ങനെ
എണ്ണി നീറ്റാതിരിക്കുക.

ഒരു കപ്പു കാപ്പിമട്ടിൽ
നീറിത്തെറിച്ച മുരടുപൊട്ടി
പുലർച്ച സൂര്യനെ നീട്ടുന്നേരം.
അവശേഷിച്ചിടങ്ങളിൽ ചുണ്ടാൽ
അനസ്തേഷ്യ തേച്ചു വയ്ക്കുക.

വിടരാനെടുത്ത സമയം
കൊഴിയാനെടുത്ത സമയത്തെ നോക്കി
ഞെട്ടുംപോലെ ഇമ തുറന്നടഞ്ഞ്
ഊറിപ്പോരും കണ്ണീർചുടു നെയ്യ്
എനിക്കെന്നെ കൊളുത്താൻ തരിക.

ഒറ്റപ്പിടിക്കു പൊട്ടിത്തെറിച്ച
കുപ്പിവളകൾ വാരിയെടുത്ത്,
നാം പണി തീരാതെ വിട്ട ആകാശം
മഴവില്ലു കുലച്ച് താഴേയ്ക്ക് നോക്കുന്നു.
പെരുകാൻ വച്ച പീലിയിൽ കുറച്ച്
ഇറുത്തങ്ങാടുക.

കാന്താരി-കപ്പപ്പുഴുക്ക് ചൂടോടെ
വരുന്നു, മുറിവുകൾക്കു മീതെ
ഉപ്പു കലങ്ങിയ മഴയാൽ നീയിനി
എത്ര മുറിവുകൾ എന്നങ്ങ്
നീറ്റമെണ്ണാതിരിക്കുക.
കരയാതിരിക്കുക.

രണ്ടു വിൻഡ് ഗ്ലാസ്സുകളിൽ നീ
മാറി മാറി തുടച്ചു നോക്കുന്നു.
എന്റെ രാജ്യമോ, നിന്റെ രാജ്യമോ
കാണ്മതുണ്ടെന്നു മായപ്പെടുക.

ഊക്കോടെ വന്നുപോയ മൂർച്ചകൾ
ചിന്തിയ പാടുകളിൽ സന്ധ്യ
മഞ്ഞളരച്ചു പൊത്തുന്നുണ്ട്.
നീ നിന്നെത്തന്നെ കീറി
മുറിവ് കെട്ടിത്തരുന്നുണ്ട്.

എന്നാലും എത്ര തവണ-
എന്നങ്ങു ചോദിക്കാതിരിക്കുക;
ഏശാതെ പോയ ഓങ്ങലുകൾക്കും
മൂർച്ചയുണ്ടായിരുന്നെന്ന്
ഓർമ്മപ്പെടുത്താതിരിക്കുക... ■

ജീവിത പ്രണയം

കണ്ടെത്താ ദൂരത്ത്
'ഒരുനോക്ക്' ഓർമ്മകളെ
വിളക്കുന്നു.
രാക്കുന്ന് ഒരു കിളിക്കൊപ്പം
പോകല്ലേയെന്നു കീറി
കാറ്റിൽ പറന്നു പോകുന്നു.
സ്റ്റേഷനോട് പുറംതിരിഞ്ഞ്
ഒരു വണ്ടി നിർത്താതെ കൂവും
രാപ്പെരുമാറ്റം കരാളതേ,
പൊതിയഴിച്ചുണ്ണാതാർക്കോ
കാത്തിരിക്കും ജീവിതം.
എത്രാമത്തെ ട്രെയിൻ,
ഏതു സ്റ്റേഷൻ എന്നീ
കുത്തുവാക്കിൻ പണയത്തുക
പാലിശപ്പേറെടുപ്പിക്കും
ഈറ്റില്ലം ഇടത്താവളങ്ങൾ.
കണ്ണു തിരുമ്മി വെട്ടം
കായ്ച്ചു നിൽക്കുന്നുണ്ടിവിടെ,
ആരതിൻ ചോട്ടിലിടങ്ങഴി
സമയനാണയം എണ്ണിപ്പെരുക്കുന്നു.
കിള്ളും കിളുന്തു കാറ്റുന്തും
മഞ്ചത്തിലാറിത്തണുത്ത നിൻ
വൃഷ്ടിപ്രദേശങ്ങൾ കാടും കുന്നും.

ചിന്നിത്തെറിക്കുന്നുണ്ടതിൽ നിന്ന്
മിണ്ടി കൊതിതീരാതെ കൂടെപ്പോരും
കാലവർഷത്തിൻ കനൽപ്പൂവ്.
മൗനം മെടഞ്ഞ മേൽക്കൂര
പ്പുറത്തേയ്ക്കു ചാഞ്ഞു തേങ്ങും
അത്തിമരത്തിൽ നിന്ന് പൊട്ടി-
ത്തെറിക്കുന്നുണ്ട് ഇറ്റു കിളികൾ.
നീ തിരിഞ്ഞപ്പോൾ ഞാൻ
മറിഞ്ഞ വാർത്തയാണീ ട്രെയിൻ
നിർത്താതെ കൂകിപ്പെരുക്കു
ന്നൊച്ചപ്പാട്, കാതോർത്തു നോക്കൂ:
നീയെന്നെ നിമിഷംപ്രതി നടത്തിച്ച
ആത്മഹത്യാശ്രമത്തിന്റെ പാളങ്ങളിൽ
തലമുറിച്ചിടാൻ ധൈര്യമില്ലാതെ
വാൽ മുറിച്ചിട്ടു പിടച്ചു കാട്ടുന്നുണ്ട്
പറഞ്ഞാൽ തീരാത്ത ജീവിതപ്രണയം. ■

ചോരപറ്റാത്തിറച്ചി

ചോരപറ്റാത്തിറച്ചി[1]
കണ്ടില്ലയെങ്ങും.
നീയെനിക്കെടോ
ബുദ്ധനെപ്പോലായല്ലൊ.[2]

ആർത്തി മാറാപ്പുരുട്ടി
ചെ, ന്നൊറ്റ വെട്ടും
രക്തബിന്ദുവി
ന്നൊട്ടലില്ലാതില്ലല്ലൊ.

കാട്, കാട്ടാറു, മേട്
മേച്ചിൽ പുറങ്ങൾ
നീർത്തി വച്ചൊരാ
നോട്ടമൊറ്റത്തുള്ളി.

പുല്ലു, പുൽചാടി - മാറ്റി
നോക്കുന്ന നേരം
കണ്ടു കാടിയും
നീട്ടി നിൽക്കുന്നേ വീട്.

ഓണനാൾ തൊട്ട പൊട്ട്
കൊമ്പും കുലുക്കി
ഓർത്ത മാത്രയിൽ
ഓടിയെത്തുന്നേ ചായ്പ്പ്.

മാറിമാറിച്ചമഞ്ഞ
വീടും പറമ്പും
കൈയ്യുയർത്തുമേ
പച്ചമാംസത്തുണ്ടാകെ.

എന്തിനും ബാല്യമുണ്ട്,
മൂത്തെങ്കിലെന്താ-
ണോർമ്മയിൽ കറും
ക്ടാമിഴിച്ചാറ്റൽ തന്നെ.

ക്ടാവുകൾ തൻ ചിതാഗ്നി
കെട്ടു പൊട്ടി പോരും
നെഞ്ചെരിപ്പെടോ....
'ഫുഡ്ഡി',യെന്നുള്ളം 'ശ്മശാനം'.[3]

ഞാൻ വരുമ്പോളെണീറ്റു
നിന്ന ഭൂമുഖം പോൽ
കൊമ്പു സൂക്ഷിച്ചുയർത്തി
വന്നുരം ചാരുന്നോർമ്മ.

എത്ര വെള്ളം കമഴ്ത്തി
തേച്ചെടുത്തു, യെന്നാൽ
എൻ തലോടലും
കൊണ്ടു പൂക്കുന്നേ ചോര.

പേരിനും വേണ്ടി ഞാനി-
മാംസവീഥി ചുറ്റി
പോരവേ, ഫോണിൽ
കുഞ്ഞുബുദ്ധനോടോതി:

ചോര പറ്റാത്തിറച്ചി
യിങ്ങില്ല, കുഞ്ഞേ

കണ്ണിടഞ്ഞിട-

ത്തൊക്കെയും ശോണഛവി... ■

---

1. ഇറച്ചികഴിക്കാൻ താത്പര്യമുണ്ടെങ്കിലും, വാങ്ങുമ്പോൾ അതിൽ അൽപം പോലും രക്തം പറ്റിയിരിക്കരുതെന്ന തന്റെ കുട്ടിയുടെ നിബന്ധന.
2. ഒരു മരണവും നടക്കാത്ത വീട്ടിൽ നിന്നും കടുകു കൊണ്ടുവരാൻ പറഞ്ഞ ബുദ്ധനെപ്പോലെ.
3. തന്റെ ശരീരം മറ്റു മൃഗങ്ങളുടെ ശവപ്പറമ്പാക്കാൻ താൽപര്യമില്ലെന്ന, ജോർജ്ജ് ബർണാഡ് ഷായുടെ വിഖ്യാതമായ നിലപാട്.

www.ingramcontent.com/pod-product-compliance
Lightning Source LLC
LaVergne TN
LVHW060124051026
849517LV00007B/2383
9789390429943